साम्राज्य

THE UNKNOWN DESTINY

स्वराज पाटील

कै गोपाळ दशरथ पाटील व जोतिराम एकनाथ देसाई यांना समर्पित .

अनुक्रमणिका

हिरवा माणूस

चॅप्टर 9

नांदी, प्रस्तावना

हे पुस्तक नुस्त पुस्तक नवे तर ऐक कल्पना आहे , ज्याचा वास्तवात काहिच सबंध नाही,या पुस्तकामधील सर्व पात्र आणि ठिकाण काल्पनिक आहे.

1

चक्रव्यूह

चक्रव्यूह

विकी एका खेड्यात रहात होता, त्यामुले गावमधे पूड़च शिक्षण घेन अवगड़च दिसत होत, म्हणून च वढीलानी पुडच शिक्षण घेन्यासाठी विकीला तिरुकेश्वर ला पाटविले, परंतु तेथिल हॉस्टल साटी लागनारया ज़ागा। भरगच जाल्या होत्या, आता एकच पर्याय होता की आपण रूम विकत घेउ, रूम च्या शोदात विकी आनी विकी चे वडील कॉलेज आसपच्यआ खोली शोधू लागले, परंतु सर्व खोल्या विकल्या गेल्या होत्या.

जवलपास कॉलेज हूण ५ किलो मिटर अंतरवार त्यांना एक खोली सापडली खोलीछी आवस्ता ज़रा विचित्र च होती, परंतु नाइलाजने त्याना कोणताच पर्याय नवहता। वडीलानी विकीला सर्व वव्यवस्तआ करुण दिली आनी विकी चे वडील पुन्हा आपल्या गावी निगून गेले।

विकीने अनखिं एक दिवस रजा गेहून ठरवल की उदयापासून आपण कॉलेज ला जान्यास सूरवात करु आनी अखेर तो दिवस आलाच, विकी बैग बरून बसस्टानखा कड़े निगाला थेतून कॉलेज ५ किलोमिटर अंतरवार होत .

Enter Caption

जवलपास कॉलेज हूण ५ किलो मीटर अंतरवार एक बसस्टेशन होत थोड्याच वेलानंतर विकी बसमधे चडला आनी थोड्याच वेलामधे कॉलेज मधे पोहचला तीते त्याजी भेट आमोल आनी विनोद याच्याशी जाली, आमोल आनी विनोद हे मूल तीतलेच त्या कारनाने त्यांचि मातरूभाषआ ही हिंदी त्या मुले विकी त्यानचाषी सवाँध हिंदी तूनच करायाचा बगता बगता हाफ़ सेम निगुण गेला आनी तिगंचि मैत्री गट्ट जाली, तिरुकेशवर मधे काही विचित्र मानसे सुधा राहतात त्यामधे तांत्रिक आघोरि सुधा.

कारन शहर प्राचीन व जूने असल्यामूले आनी देवाचे मन्धिर असल्यामूले. परंतु शहर प्राचीन असल तरी आधुनिक उपकरणाची काही कमी नवती .

आज १९ तारीख़ होती, विकी जोपि गेला आनी उदयाचा दिवस उजडला, आनी विकी नेहमी प्रमाने बसच्या मागच्या शिटेवर बसला विकी च्या बाजुला एक लहान मूलगा बसला होता, तोड़ावेळ जाला आनी विकीने त्याचाकड़े पहिले तर तो एक वयस्कर आजोबा होता, ते पाहताच। विकी आतून घाबरला आनी बसमधुन उतरताना ज्यावेली विकीने। त्याचाकड़े बगीतले तेवहाँ त्या ठिकाहनी एक वयस्कर आजी होती .

विकी ला आता गाम सुटला, त्याचे डोके सुन्न जाले, आजबजुने आवाज़ एकु लागला, रडन्याचा ओरडन्याचा तो लगेच तेतून निगुन मित्रा कड़े गेला पन त्याने त्याना काहिच सांगीतले नाहीं कारण त्याला वाटले की माज्या बगन्यात गैर समेज जाला असेल. परंतु तो आतून खचून गेला होता .

तो कॉलेजात। गेला पन त्याला असे वाटू लागले की ही सर्व घटना याआधी पाहिली कधी होउन गेली आहे. त्यांचे मण आता असवस्त झाले होते .

दुसरया दीवशी

कॉलेज सूटुन १० मिनिट जाले होते, कॉलेज पूर्ण पने मोकले जालेले होते, विकी आपल्या मित्राशी बोलत होता तेवहां त्याने मीत्राला हात मिलवन्यास। हात दील्यास तो गायब जाला त्याला काही समजेसेना जाले त्याने। आसपास बगीतले तर कोनीच नवहते आता त्याला भय वाटु लागले मग त्याने आपल्या मित्राषी ही गोस्ट सागिंतली तेवहाँ .

विकी

अमोल, विनोद, माझं ऐका, गेल्या काही दिवसांपासून मला तुम्हा दोघांनाही काहीतरी सांगायचं होतं, पण मी तुम्हाला काहीच सांगितलं नाही.

मला ते तुम्हाला सांगायचे नव्हते परंतु आज मला ते तुम्हाला ते सांगायलाच लागेल .

दोग़जन एकत्र म्हनतात

काय सांगायचे होते विकी ?

विकी

गेल्या काही दिवसांपासून माझ्यासोबत विचित्र घटना घडत आहेत, मला विचित्र आवाज ऐकू येत आहेत, असे वाटते की हे सर्व आधी घडले आहे, पण हे तसे नाहीये, खरंतर गोष्ट अशी आहे की काल संध्याकाळी मी प्रकाशशी बोलत असताना तो अचानक तिथून गायब झाला.

विनोद

असं थोड़ी होतंय विकी , तू कायपण बोलत आहेस, आता हे मार्वल चित्रपट पाहणे बंद कर. आणि अभ्यास कर जरा

विकी

नाही विनोद मी खरं सांगत आहे, माझ्यावर विश्वास ठेवा! अमोल तू तर विश्वास ठेव .

अमोल

पण प्रकाश काल कॉलेजला आला नाही?

विकी

काय? पण हे कसे होऊ शकते ?

त्याच दरम्यान काही लोक त्यांना बोलवतात आणि ते दोगे ही त्यांच्याशी बोलू लागतात.

त्याच दरम्यान, विकीने अचानक कशावर तरी हात ठेवला आणि तो मला सोडणार नाही असे म्हणू लागला आणि जोरात ओरडू लागला , आणि बेशुद्ध जाला ये बगुन विनोद म्हणाला की तो पुन्हा नाटक करत आहे, पन त्याचे शरीर गरम झाले होते, ते विकीला डॉक्टरकडे घेऊन गेले, डॉक्टरांनी सांगितले की तो कशाच्या तरी भीतीने बेशुद्ध पडला आहे आणि त्याला औषध दिले.

मग। ते तीगे विकी च्या खोलित गेले .

खोलीत

जेवहां विकी घरी आला तेव्हा त्याचे डोके फिरत होते, तो आजूबाजूला पाहू लागला आणि थोड़ा वेल आराम करुण विकी उठला तेवहां अमोल त्याला म्हणाला .

अमोल

तुला काय झालं, तू कसा बेशुद्ध पडलास?

विकी

खरंतर हे सर्व दोन दिवसांपूर्वी पासुण घडत होतं, त्या दिवशी मला घरी पोहोचायला उशीर झाला होता, मी वाटेत जात असताना, त्या रस्त्यावर माझ्याशिवाय कोणीही नव्हतं, मग मला एक आवाज़ ऐकू आला, मी मागे वळून पाहिले तेव्हा मला एक माणूस मला मदत मागत होता, त्याचा चेहरा झाकलेला होता, जेव्हा मी त्याच्यावर टॉर्च टाकली तेव्हा मला दिसलं की त्याच्या हातातून रक्त वाहत होतं, त्याचा अर्धा चेहरा खराब झाला होता, तो चेहरा मी कधीही विसरू शकणार नाही, कधीच नाही.

Enter Caption

विनोद

विनोद हसतो आणि म्हणतो, बस्स, त्याचा अपघात झाला असेल आणि तो तुज्याकडे मदतीसाठी आला असेल.

विकी

कोणीतरी मदतीसाठी चाकू घेऊन येत नाही !

विनोद

कदाचित ही त्याची मदत मागण्याची पद्धत असेल!

विकी

विषय तो नाही। तो माणुस मला थोड्या वेळा पूर्वी कॉलेज मधे दिसला होता। , तो मला सोडणार नाही, तो मला मारून टाकेल!

अमोल

त्याचा चेहरा तुला आठवतोय का?

विकी

हो. मला त्याचा चेहरा आठवतो, आणि तो चेहरा मी कधीही विसरणार नाही! कारण तो चेहरा अगदी माझ्यासारखा दिसत होता!

दोघेही एकत्र पने म्हणतात काय ?

काही मिनिटांनी अमोल आणि विनोद घराकडे निघाले, दोघेही
रस्त्याने चालत होते. तेव्हा ते आपआपसात बोलतात

Enter Caption

विनोद
तुला काय वाटते अमोल , विकी जे काही म्हणत आहे ते खरे आहे की खोटे?

अमोल

कदाचित तो खरोखरच बोलत असेल , कारण गेल्या काही दिवसांपासून मीही त्याला पाहत आहे, तो विचित्र वागत आहे, त्याची बोलण्याची पद्धत, त्याचे वागणे सर्व बदलले आहे.

विनोद

मग आपण त्याला मेंदूच्या डॉक्टरकडे घेऊन जायला हवे. पण तो मान्य करणार नाही, कारण त्याने या सर्व गोष्टी त्याच्या कुटुंबाला सांगितल्या नाहीत आणि आम्हालाही सांगण्यास नकार दिला आहे. आणि तो आमच्या आग्रहावरून रुग्णालयात जाण्यास तयार होईल का?

अमोल

नाही, पण आपण तर जाऊ शकतो विनोद!

मग अमोल आणि विनोद मानसिकदृष्ट्या चिकिस्तिक असलेल्या तडन्याला भेटण्यासाठी रुग्णालयात जातात.

डॉक्टरांच्या केबिनमध्ये काही लोक डॉक्टरांशी बोलत होते. २० मिनिटांनी ते बाहेर आले आणि त्यांनी डॉक्टर अमोल आणि विनोद यांना आत बोलावले. मग

विनोद आणि अमोल. आत जाऊन ते सीटवर बसतात. तेंव्हा

डॉक्टर

तुम्हा दोघांना काय अडचण आहे?

विनोद

अमाला नाही, पन आमंच्या मित्राला आहे.

डॉक्टर

मग तुम्हचा मित्र कूटे आहे ?

विनोद

खरंतर तो इथे आला नाही .

डॉक्टर पुढे काही बोलण्यापूर्वीच अमोल म्हणतो

अमोल

डॉक्टर, खरंतर गोष्ट अशी आहे की आमचा एक मित्र आहे ज्याचे नाव विकी आहे. तो गेल्या काही दिवसांपासून विचित्र दावे करत आहे जसे की एखाद्याचा आवाज ऐकणे, अचानक एखाद्या अनोळखी व्यक्तीला पाहणे, त्याच्याशी बोलणे आणि तो अचानक गायब होणे इत्यादी आणि तो तो नेहामि काहितरी बोलत असंतों, ज्याचा कोणताही पुरावा नाही. आणि तो असे काहीतरी पाहतो जे आपण पाहू शकत नाही कारण ती गोष्ट प्रत्यक्षात अस्तित्वात च नाही.

विनोद

डॉक्टर, आता आपण विकीला हे कसे समजावून सांगू?

डॉक्टर गंभीरपणे बोलतात

डॉक्टर

खरंतर, तुम्ही मला जे काही सांगितले ते सर्व तुमच्या वयाच्या मुलांमध्ये आढळणाऱ्या आजाराची लक्षणे आहेत पण फार क्वचितच आढळतात.

विनोद

म्हणजे ती गोष्ट जी प्रत्यक्षात अस्तित्वात नाही ते आपन कसे पाहुं शकतो

अमोल

म्हणजे काहीतरी भ्रमसारखे!

डॉक्टर

हा, जर तुम्ही ब्रह्माबद्दल बोलत असाल तर ब्रह्मा रोग हा एक असा मानसिक विकार आहे ज्यामध्ये व्यक्ती वास्तव आणि कल्पनाशक्तीमध्ये फरक करू शकत नाही, यामध्ये व्यक्ती काल्पनिक गोष्टींवर विश्वास ठेवतो या आजारात व्यक्ती एक किंवा अधिक विषयांबद्दल महिनाभर किंवा त्याहून अधिक काळ वेडलेली असत्यात .

अमोल

पण डॉक्टर हे कसे ओळखतात?

डॉक्टर

त्याच्या लक्षणांमुळे, कारण त्याचे अनेक प्रकार आहेत जसे की

भव्यता: ज्यामध्ये व्यक्तीला असे वाटते की त्याच्याकडे काही विशेष क्षमता किंवा विशेष ओळख, ज्ञान किंवा शक्ती आहे किंवा तो प्रसिद्ध आहे. त्या व्यक्तीचा देवाशी नातेसंबंध आहे

मत्सर: रुग्णाला असे वाटते की त्याचा मित्र किंवा त्याचा जोडीदार निष्ठावंत नाही, अशा प्रकारचे ब्रह्माचे अनेक प्रकार आहेत.

पण. तूमि जे मला तुमच्या मित्राबद्दल जे सांगितलेस त्यानुसार?

डॉक्टर असे म्हणतात आणि त्याना भिमारीचे सांगतात

डॉक्टर

स्किझोफ्रेनिया!

अमोल

म्हणजे काय डॉक्टर?

डॉक्टर

स्किझोफ्रेनिया हा एक मानसिक विकार आहे ज्यामध्ये व्यक्तीचे विचार, भावना आणि वर्तन नियंत्रणात नसते. ही एक गंभीर आणि नैसर्गिकरित्या दीर्घकालीन स्थिती आहे जी व्यक्तीच्या दैनंदिन जीवनावर परिणाम करते आणि ही लक्षणे कधीकधी गंभीर आणि कधीकधी सौम्य असू शकतात.

या आजारात हे लोक स्वतःला त्यांच्या कुटुंबापासून वेगळे करतात

यामुळे, ते त्यांच्या मित्रांपासून वेगळे होतात. ते निरर्थक बोलू लागतात आणि वास्तवाशी काहीही संबंध नसलेले लोक म्हणून दिसू लागतात.

अमोल

पन डॉक्टर हा रोग का होतो ?

डॉक्टर

कुपोषण किंवा ताणतणाव यासारखी अनेक कारणे किव्हा बालपणातील आघातामुळे होतात.

डॉक्टर त्याना त्याच्या लॅपटॉपवर एक व्हिडिओ दाखवतात.

स्क्रीन मध्ये

स्किझोफ्रेनियाची लक्षणे

1: आवाज ऐकणे

स्किझोफ्रेनियाची सर्वात सामान्य लक्षणे म्हणजे विशिष्ट आवाज ऐकणे जे तिथे नसतात, ज्यामध्ये अशा गोष्टी पाहणे, ऐकणे किंवा जाणवणे समाविष्ट असू शकते ज्या प्रत्यक्षात तिथे नसतात.

त्या पडद्यावर जे काही घडत होते, विकी त्याची कल्पना करत होता आणि तो पुढे तेच सांगतो.

भ्रम असणे. प्रत्यक्षात ते असे काहीतरी आहे ज्याचा वास्तवाशी काहीही संबंध नाही, कधीकधी वास्तवाशी संबंधित इतर गोष्टी देखील व्यक्तीच्या मनात तयार होऊ लागतात ज्या कदाचित वास्तविक वाटतील परंतु त्या केवळ आभासी असतात, स्किझोफ्रेनियाने ग्रस्त व्यक्ती अशा अतार्किक किंवा अलौकिक गोष्टींवर विश्वास ठेवू शकते, जसे की बाह्य शक्तींद्वारे नियंत्रित असणे किंवा विशेष शक्तींची उपस्थिती.

गोंधळलेल्या स्थितीत असलेल्या लोकांना त्यांच्या विचारांवर टिकून राहणे कठीण जाते आणि ते कोणत्याही तर्काशिवाय एका विषयावरून दुसऱ्या विषयावर जातात.

तुम्ही विषयाकडे जाऊ शकता, त्यांच्यावर विश्वास ठेवू शकता किंवा त्यांचे अनुसरण करू शकता. हे शक्य नाही!

अमोल

या सगळ्या गोष्टी विकीसोबतही घडत आहेत, म्हणजेच विकीलाही हा आजार झाला आहे काय!

डॉक्टर

कदाचित असू शकतो .

विनोद

डॉक्टर , याला बर करण्यसाठी कोनता उपाय नाही काय ?

डॉक्टर

हो, त्यावर उपचार करता येतात. औषधे आणि मानसोपचारांनी त्यावर उपचार करता येतात. परिणाम कमी करण्यासाठी अनेकदा मानसोपचार औषधे दिली जातात. उद्या त्याला घेऊन या, मी त्याच्यावर उपचार करेन.

अमोल आणि विनोद हा बोलून बाहेर येतात. बाहेर आल्यावर विनोद अमोल ला विचरतो

विनोद

उद्या , अमोल आपल्याला विकीला इथे आणायचं आहे तुला माहीत आहे नव्हं

अमोल

हो, पण आपण त्याला हे सगळं कसं सांगणार?

विनोद

मला माहित नाही कसे? पण मी नक्कीच प्रयत्न करेन.

असा विचार करत दोघेही विकीच्या खोलीत जातात आणि त्याच्याशी या विषयावर बोलू लागतात, ते सर्व एकुन विकीला राग येतो तेव्हा .

विकी

तुम्हाला वाटतंय की मी आजाराने ग्रस्त आहे, मी वेडा झालो आहे, किंवा माझा मेंदू काम करत नाहीये. मला काहीही झालं नाही . मी तुम्हाला हे सगळ सांगितलं की तुम्ही लोक मला काहीतरी समजावून सांगाल किंवा माझे मनोबल वाढवाल पण तुम्ही लोक मला रुग्णालयात दाखल करण्याबद्दल बोलत आहात.

विनोद

तुला हॉस्पिटलमध्ये दाखल व्हायचे नाहीये, तुला फक्त उद्याच्या दिवसासाठी तिथे जायचे आहे आणि आम्ही फक्त तुला मदत करण्यासाठी डॉक्टरकडे गेलो होतो.

Enter Caption

अमोल

हो, आम्ही फक्त तुला मदत करत आहोत, आणि डॉक्टरांनी तुला उद्या उपचारासाठी बोलावले आहे, म्हणून तुला आमच्यासंगे यावे लागेल.

काहीही न बोलता, विकी एका कोपऱ्यात जाऊन बसतो. सगळं अंधारात असल्यासारखे वाटते जणू काही वादळ येऊन गेले आहे. विनोद आणि अमोल विकीच्या शेजारी जाऊन बसतात. विकी रडत नाहीये पण त्याच्या डोळ्यात पाण्याचे थेंब स्पष्ट दिसत होते .

अमोल

बघ विकी, जर तुला डॉक्टरकडे जायचे नसेल तर ठीक आहे, पण निदान तुझ्या घरी तरी आम्हाला सांगण्यापासून रोखू नकोस?

विकी

घरी नाहीये मित्रा. बऱ्याचदा घरची परिस्थिती चांगली नसते आणि मला माझ्या कुटुंबातील सदस्यांना आणखी अडचणीत टाकायचे नाही.

विनोद

घरी कोणाला सांगायचं नसेल तर . मग तुला आमच्यासोबत उद्या यावं लागेल.

विकी माज्याकड़े पैसे नाही असे सांगतो आणि म्हणतो की त्याच्याकडे डॉक्टरांची फी भरण्यासाठी पैसे नाहीत. मग अमोल आणि विनोद एकमेकांकडे पाहतात आणि म्हणतात.

आम्ही कशासाटी। आहोत.

दुसऱ्या दिवशी तिघेही एकत्र डॉक्टरकडे जातात.

डॉक्टर

तुझे नाव विकी आहे ना?

विकी

होय डॉक्टर.

Enter Caption

डॉक्टर

आता मला सांग विकी, तुझी काय अडचण आहे?

डॉक्टरांना सगळं माहीत असलं तरी डॉक्टर विकीला मुद्दामून विचारतात.

विकी

डॉक्टर, मला काहीच समजत नाहीये. कधीकधी मी तिथे असलेल्यांशी बोलतो. जे तीथे नाही आहेत , बऱ्याचदा मला माझ्या कानात आवाज ऐकू येतात, जसे की मी एका रिकाम्या बस डेपोमध्ये उभा आहे, माझ्या समोर काहीही नाही, पण मला बसमध्ये खूप गर्दीचा आवाज ऐकू येतो.

मी माझ्या मित्राशी बोलत असतो किंवा वर्गात लेक्चर अटेंड करत असतो, तेव्हा मला असे वाटते की या सर्व गोष्टी पूर्वी घडल्या आहेत, हे सर्व सोडा पण जेव्हा मी माझ्या हातात चाकू घेऊन आत्महत्येसाठी येतो, तेव्हा या सर्व गोष्टी माझ्या समजण्याच्या पलीकडे गेल्यां , मला विचित्र वाटते, डॉक्टर कृपया मला बरा करा.

डॉक्टर

काळजी करण्याची गरज नाही, जर तुऔषध घेतले तर तु पूर्वीसारखे होशिल .

डॉक्टर त्याला बेडवर झोपायला सांगतात आणि त्याचे डोके तपासल्यानंतर, तो त्याच्या शरीराचा सीटी स्कॅन करतात आणि डॉक्टर त्याला अनेक औषधांसाठी एक प्रिस्क्रिप्शन देतात , ते प्रिस्क्रिप्शन। अमोल आणि विनोद घेतात आणि औषधे घेण्यासाठी जातात. त्याच दरम्यान रुग्णालयात डॉक्टर विकीला सांगतात की घाबरण्यासारखे काही नाही. पण प्रत्यक्षात, डॉक्टरांना हे देखील माहित आहे की प्रकरण चिंताजनक होते!

औषध घेतल्यानंतर डॉक्टरांनी विकीला 20 दिवस दररोज औषध घेण्यास सांगितले आणि ते दररोज सकाळी योगा करण्यास सांगितले.

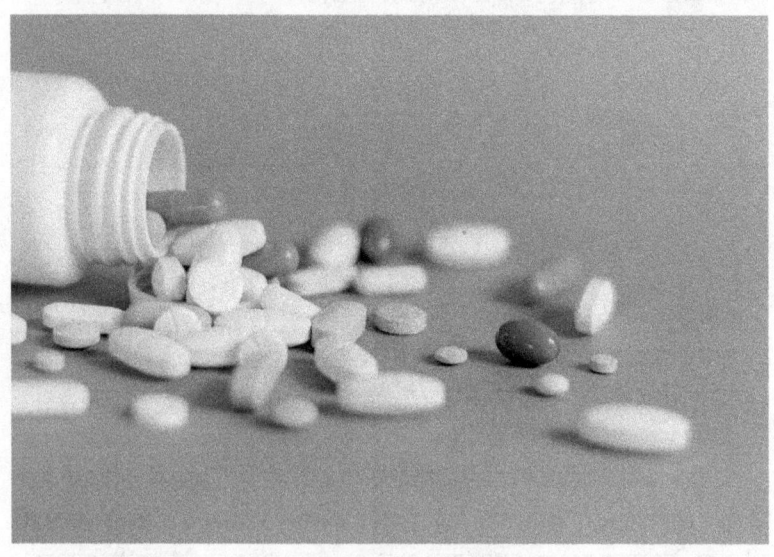

Enter Caption

डॉक्टर त्याला योगा करायला सांगतात आणि दर दोन आठवड्यांनी भेटायला येण्यासाठी सांगतात त्यानंतर विकी उठतो आणि तिथून अमोल आणि विनोद संगे आपल्या रूम वर जातो.

अमोल आणि विनोद सुधा आपआपल्या घरी जातात

जवळ जवळ वीस दिवस होऊंन गेले वीस दिवसा नंतर विनोद आणि अमोल विकी। च्या खोलीत जातात तेव्हा विकी आत जमीनिवर पडलेला असतो खोलीची अवस्था फार बिकट झाली होती ते पाहून विनोद म्हणतो .

विनोद

विकी तू कसा खाली पडलास, आणि खोलीत तू काय परिस्थिती निर्माण केली आहेस, , जर आम्ही

इथे दोन आठवड्यांसाठी येऊ शकलो नाही तर तू हे केलं आहेस , मला तुझ्याकडून हे अपेक्षित नव्हतं.

विकी

तर मी काय करावे? तुम्ही आणि डॉक्टरांनी मला सांगितले होते की मी वीस दिवसात बरा होईन पण वीस दिवसा हुन अधिक काळ झाला आहे आणि माझ्यात काहीच सुधारणा झालेली नाही.

अमोल

बरे होण्यासाठी थोडा वेळ लागतो विकी !

विकी

बरोबर आहे सगळं ठीक होण्यासाठी वेळ लागतो पण उलट त्या औशधा मुळे मी काय करत आहे , मी कसा जगतोय , मला काहीच कळत नाही .पूर्वी मी फिरायला जायचो पण आता बाहेर जायलाही भीती वाटते. इथे वस्तू कुठे ठेवल्या आहेत हे मला सुधा माहित नाही. जेव्हा मी पेन घ्यायला जातो तेव्हा माझ्या हातात चाकू कसा येतो हे मला कळत नाही. आता मला घरी जायचे आहे! मला घरी जायचे आहे!

अमोल। विनोदच्या कानात कुजबुजतो, घरच्यांनी त्याला या अवस्थेत पाहिले तर ते काय समजणार?

अमोल

बघ आम्हाला माहित नव्हतं की असं काही होईल, तु डॉक्टरकडे गेला होतास नव्हं ?

विकी

त्या डॉक्टरचे नाव सुधा घेऊ नकोस, मी पुन्हा त्याच्याकडे जाणार नाही.

खरतर आता दोघांना काय बोलावे ते सुचत नव्हते कारण विक्कीला या अवस्थेत पाहून दोघांनाही आश्चर्य वाटत होते मग दोघेही तिथून बाहेर आले आणि खोलीच्या बाहेर असलेल्या विहिरीजवळ उभे राहून एक मेकाशी बोलू लागले

अमोल

असं काही होईल असं मला कधीच वाटलं नव्हतं!

विनोद

हो अमोल , आता त्याची अवस्था पाहून मलाही भीती वाटत आहे!

या गोष्टीची काळजी करण्यात दोन दिवस निघून जातात,

दोन दिवसांनी

एके दिवशी विनोद त्याच्या घराजवळून जात होता तेव्हा त्याला एक बाबांबद्दल कळले. तिथे दोन महिला एकमेकांशी बोलत होत्या.

विमला

कमला, ऐकलंस का? वैद्यजींच्या मुलाला आजार झाला होता !

कमला

होय! पण कसला आजार ?

विमला

त्या वैद्याच्या मुलाला काळ्या सावलीने ग्रासले होते, तो विचित्र गोष्टी बोलत होता, तो नीट जेवत नव्हता आणि बोलतही नव्हता. वैद्यने अनेक उपाय केले पण काहीही झाले नाही, आणि आता तो बरा झाला आहे ते फक्त , बाबाजींमुळे (त्रांतिक)

कमला

मी ऐकले आहे की बाबा खूप शक्तिशाली आहेत, ते कोणत्याही समस्येवर काही क्षणातच उपाय शोधतात.

या सर्व गोष्टीं विनोद ऐकत होता आणि त्याने विचार केला की विकीला त्यांच्याकडे घेऊन गेलो तर कदाचित तोही बरा होईल, या विचाराने तो अमोलच्या घरी हे सांगण्यासाठी गेला, तिथे तो अमोलशी बोलला, अमोल मात्र या गोष्टीवर खूश नव्हता पण विकीच्या. अवस्ते मागे आपणच आहे आणि स्वतःला दोषी समजून अमोलही हो म्हणतो.

Enter Caption

मग दोघंही आजूबाजूच्या परिसरातून त्या जागेचा पत्ता शोधून काढतात. आणि शेवटी त्याना त्या जागेची जाणीव होते. दुसऱ्या दिवशी विनोद आणि अमोल त्या ठिकाणी गेले, ती जागा जंगलात होती, आजूबाजूला कोणीच नव्हते, आजूबाजूला फक्त सांगाडे च पडलेले होते आणि ते आत जायला निघाले होते तेव्हा एका माणसाने त्या दोघांना अडवले.

माणूस

तूम्ही इथ ! तुम्हालाकाय काम आहे? आता इथून निघून जा तूम्ही .

अमोल

खरंतर. आम्हाला. बाबांशी थोड काम आहे, आम्हाला त्यांच्याशी महत्वाचे बोलायचे आहे.

माणूस

काय बोलायचे आहे तुम्हाला ? काय सांगायचे असेल तर तुम्ही मला सांगा , मी जाऊन बाबांना सांगेन?

अमोल

ही घोष्ट आम्ही फक्त बाबांनाच सांगेन .

माणूस

असे असेल तर तुम्ही त्यांना भेटू शकत नाही ! आता इथून निघून जा तुम्ही .

त्या माणसाचे उत्तर ऐकूनही दोघेही तिथून निघाले नाहीत. ते तिथेच एका झाडाखाली बसले. काही वेळाने बाबांची नजर दोघांवर पडली. मग बाबाजींनी त्या माणसाला विचारले की ही दोन्ही मुले तिथे का आहेत? मग त्या माणसाने सांगितले की त्या दोघांचेही तुमच्याकडे काही काम होते पण मी त्यांना आत पाठवले नाही कारण ते अजूनही मुले आहेत. आणि त्यांचे तुमच्याकडे काय काम असू शकते? बाबाने दोन मिनिटे विचार केला आणि त्या माणसाला त्यांना आत पाठवण्यास सांगितले.

बाबाजींनी त्या माणसाला सांगितले त्याप्रमाणे, तो माणूस त्या दोघांना आत. बोलवतो

Enter Caption

बाबा

काय झालं मुलांनो, तुम्हाला काय काम आहे माझ्याकडे?

दोघे

हो बाबा, खरंतर मी माझ्या मित्राला असे म्हणून सगळ सगळं सांगतो.

बाबाजींनी संपूर्ण गोष्ट ऐकली आणि म्हटले.

बाबा

आज रात्री ठीक ९ वाजता त्याला घेऊन या, मी त्याला दुरुस्त करेन!

विनोद आणि अमोल तिथून निघून गेले आणि म्हणाले की सर्व काही ठीक आहे.

खोलीत

६ वाजता तो विकीच्या खोलीत जातो आणि त्याला सर्व काही सांगतो. २० मिनिटांनी विकी शेवटी होकार देतो. रात्रीचे ८ वाजले होते आणि संपूर्ण परिसर सुन्न झाला होता आणि विनोद आणि अमोल घरी अभ्यास करण्याचे निमित्त सांगतात .

Enter Caption

रस्ता पूर्णपणे सुनसान होता आणि ते तिघे रस्त्याच्या कडेला उभे होते. रात्री च्या वेळी जंगलात जाण्यासाठी ते आले होते पण हे भयानक दृष्य पाहून त्यांच्या पाया खालची जमीन सरकली , पण ते ऐक मेकांचा आत्मविश्वास वाडवत

ते वळले आणि जंगलाकडे निघाले. जंगलातून आवाज येत होता. आता अमोल आणि विनोदही घाबरू लागले होते. कारण रात्रीचे दृश्य दिवसापेक्षा जास्त भयानक दिसत होते!

त्या तिघांच्याही हातात टॉर्च होत्या, पण लांडग्याच्या ओरडण्यामुळे त्याचे हात थर थर कापत होते, पण कसे तरी ते तिथे पोहोचले. जेव्हा त्या तिघांनीही ती जागा पाहिली तेव्हा त्यांना आश्चर्य वाटले, आजूबाजूला मशाली जळत होत्या काही सामान्य लोकांना त्यांच्या माणसांनी झाडांना बांधले होते. ते लोग तिथे का आले आहेत याचा विचार करत होते, पण त्यांनी एकमेकांना प्रोत्साहन दिले आणि आत गेले. मग त्यांना बाबा आत दिसले, बाबांचे वागणे दिवसाच्या तुलनेत रात्री भयानक वाटत होते, बाबांनी तिघांकडे पाहिले आणि त्यांना पुढे येण्यास सांगितले.

बाबा

तु यिथ वर्तुळात बस विकी !

मग बाबांनी अमोल आणि विनोदला कोपऱ्यात बसण्यास सांगितले.

मग बाबांनी विकीला वर्तुळात बसण्यास सांगितले, बाबांनी त्याच्या डोक्यावर हात ठेवला आणि काही मंत्र म्हटले आणि जवळच पडलेली राख लावल्यानंतर बाबांनी विकीला पण डोळे मिटण्यासाठी. सांगितले.

डोळे मिटले.

दोन मिनिटांनी बाबांनी डोळे उघडले आणि म्हणाले.

बाबा

तु कोणत्याही सावलीचे बळी नाही आहेस , तु काळाच्या शेवटी अडकला आहेस ?

अमोल

बाबा म्हणजे?

बाबा

यामध्ये शरीर ऐका काळात असते, पण मण इतर लोकांमध्ये असते, जे कोणीही समजू शकत नाही, आणी कोणीही ते सोडवू शकत नाही?

विनोद

याचा अर्थ शरीर इतर लोकांशी जोडण्याचा प्रयत्न करत आहे आणि मन इतर लोकांशी जोडण्याचा प्रयत्न करत आहे.

बाबा

बरोबर, तुम्ही कधीतरी असे काहीतरी ऐकले असेल, पण ते

सांगण्याची पद्धत वेगळी असू शकते, जसे की एखाद्या निर्जन रस्त्यावर भूत पाहिल्याचा दावा करणे. बहुतेक लोकांना ते दिसत नाही, पण काही लोकांना ते दिसते पण का दिसते ?

अमोल

तुम्हाला काय म्हणायचे आहे? मला समजले नाही.

बाबा

जर एखाद्या ठिकाणी अपघातामुळे एखाद्याचा मृत्यू झाला असेल आणि तुम्ही तेथून दिवसाढवळ्या जात असाल तर तुम्हाला काहीही जाणवणार नाही, परंतु जर तुम्ही तिथून अंधारात जात असाल तर तुम्हाला तो मृत व्यक्ती दिसेल, बहुतेक लोक तो पाहू शकत नाहीत, परंतु ज्या व्यक्तीला त्या अपघाताबद्दल माहिती असेल किंवा त्याने त्याबद्दल ऐकले असेल, त्याचे मन त्याला इच्छा नसतानाही त्या गोष्टीशी जोडण्याचा प्रयत्न करेल, परंतु त्याला प्रेरित करण्यासाठी काही गोष्टी आवश्यक आहेत जसे की अंधार, निर्जन रस्ता, भयानक जागा, त्या व्यक्तीची भीती किंवा ती वाईट सावली असू शकते.

पण विकीसारखे लोक प्रेरित न होता त्या गोष्टीशी जोडले जाऊ शकतात. म्हणूनच तो ती माणसे पाहू शकतो जी तूम्ही पाहू शकत नाही .

विनोद

पण बाबा, यातून बाहेर पडण्यासाठी काहीतरी मार्ग असेल का?

बाबा

दुर्दैवाने असे करण्याची कोणतीही पद्धत नाही!

विनोद

काहीतरी उपाय असेल बाबा .

बाबा,

कदाचित हे एका गोष्टीने दुरुस्त करता येईल!

अमोल

कोणती घोस्ट बाबा ?

बाबा

काळी जादू! म्हणजे वाशिकरण!

बाबांचे शब्द ऐकून विनोद आणि अमोल या दोघांना धक्काच बसला!

बाबा

जर मी विकीला नियंत्रित करू शकलो आणि त्याचे मन दुसऱ्या कशाकडे वळवू शकलो तर तो कदाचित बरा होईल!

विनोद

काळी जादू चुकीची आहे ना. बाबा ?

बाबा

जर एखादी गोष्ट चुकीची असेल तर ती योग्य कारणासाठी वापरली जाऊ शकते ? प्राचीन काळापासून ती चुकीच्या कारणांसाठी वापरली जात आहे पण सुरुवातीपासूनच काहीही वाईट नसते , फक्त ती शक्ती योग्य पद्धतीने कशी वापरायची हे माहित असणे आवश्यक आहे.

आजपासून दहा दिवसांनी अमावस्येची रात्र आहे. तुम्ही लोक त्या दिवशी ११: वाजता या, आता येथून निघून जा.

मग ते तिघेही तिथून निघून जातात, नऊ दिवसाची वाट पहात राहतात पण विकीची प्रकृती बिघडत जात होती .

दहावा दिवस

अमोल आणि विनोद ऐका कट्या वर बसलेले असतात तेंव्हा

विनोद

अमोल, आज १० वा दिवस आहे? तुला माहिती आहे, आज आपल्याला तिथे जायचे आहे.

अमोल

हो, मला माहिती आहे! मलाही त्याच गोष्टीची काळजी वाटतेय.

विनोद

मग आता काय करायचं अमोल ?

अमोल

तिथे जाण्याशिवाय आपल्याकडे दुसरा पर्याय नाही.

मग दोघेही विकीला त्याच्या खोलीतून घेऊन त्या ठिकाणी पोहोचतात.

Enter Caption

बाबांनी तिथे सर्व तयारी केली होती. बाबांनी त्या तिघांना एका ठिकाणी बोलावले ,आणि त्यांच्यासमोर एक मोठा वर्तुळ बनवण्यात आला होता आणि त्याभोवती मेणबत्त्या लावण्यात आल्या होत्या. एका निरभ्र रात्री, ते तिघेही बाबांना भेटायला गेले होते.

बाबा अमोल आनी विनोदला म्हणाले

बाबा

तुम्ही इथे बसा आणि तु विकी या वर्तुळातबस .

बाबा काही मंत्रांचा जप करतात आणि शेवटी अर्दआरपनम म्हणतात. मग बाबा त्यांच्या एका माणसाला म्हणजेच बैरवाला, आत जाऊन काही सामान आणायला सांगतात!

मग बैरव आत जातो आणि काळ्या कपड्यात गुंडाळलेली बाहुली आणतो आणि मध्येच बनवलेल्या कुमकुम मंडपात ठेवतो. बाबा बैरवाला काहीतरी वेगळं आणायला सांगतात

जेव्हा बैरव ती वस्तू घेऊन येतो तेव्हा सर्वांना धक्का बसतो, भैरवाच्या हातात काळ्या रंगाच्या ३ मांजर होते आणि बैरव ती मांजर बाबांना देतो.

बाबा त्या प्राण्यांची एक-एक डोकी कापायला सुरुवात करतात आणि त्यांना अग्नीच्या कुंडात टाकतात आणि बाहुलीच्या तिन्ही बाजूंना प्राण्यांचे मृतदेह ठेवतात, ते सर्व सातही. बाबा काही मंत्र म्हणत होते पण अग्नीच्या कुंडातून प्राण्यांचे ओरडण्याचे आवाज ऐकू येत होता, टेकडीवर एक लांडगा ओरडत होता, जेव्हा बाबांनी त्यांच्या पिशवीत हात घातला तेव्हा त्यांनी पिशवीतून ३ लिंबू काढले आणि ते लिंबू विकीला दिले. आणि विकीला सांगितले की ते लिभुं सरळ कापायचे पण विकीचे हात थरथरत होते, जेव्हा त्याने हातात चाकू घेऊन सरळ लिंबू कापण्याचा प्रयत्न केला, तेव्हा तो अयशस्वी झाला कारण सरळ लिंबू नीट कापत नव्हता. मग बाबांनी त्याच्या हातातून चाकू घेतला आणि विकीच्या हातातून रक्ताचे दोन थेंब त्या लिंबूवर टाकले, मग कसे तरी ते लिंबू सरळ कापले गेले, त्या लिंबूचा रंग पिवळा ते लाल झाला. बाबांनी बाहुली आणि मांजरींच्या शरीरावरही काही रक्त सोडले, ते दृश्य खूप भयानक होते. बाबांनी बाहुलीच्या तिन्ही शरीरात सुई घातली आणि बाहुली मांजरी आणि लिंबूच्या शरीरावर ठेवली आणि शेवटी तिन्ही वस्तू जाळून टाकल्या.

त्या वस्तूंपासून बनवलेली राख विकीच्या डोक्यावर लावल्यानंतर, बाबांनी मोठ्याने जप सुरू केला आणि त्या वेळी आजूबाजूला उभे असलेले लोक विचित्र वागू लागले. विकीच्या मनात हे बरोबर आहे की चूक यावर मतभेद होऊ लागले, शेवटी तो प्रतिकार करू शकला नाही आणि तो तिथून उठून रस्त्याकडे पळाला. धावत धावत तो रस्त्याच्या कडेला पोहोचला आणि स्वतःशी बोलू लागला.

विकी

मी ये काय करालोय, माज्यासगट ये काय घडत आहे ? हे सर्व बरोबर नाहीं.

मग तो त्याच्या खोलीत जातो आणि झोपतो, विनोद आणि अमोलही तिथून आपापल्या घरी जातात.

दुसऱ्या दिवशी सकाळी

विकीला डोकेदुखी होत होती, त्याला काल घडलेले आठवले, तो त्याच्या मित्रांना फोन करण्याचा विचार करत होता, मग त्याला आठवले की त्याने काल घाईघाईत त्याचा फोन मागे सोडला होता. तिथून तो थेट त्या ठिकाणी जातो.

बाबा

मला माहित होतं तू नक्की परत येशील?

विकी

मी फक्त माझा मोबाईल घेण्यासाठी आलो आहे आणि आता मी जात आहे.

बाबा

मीही तेच म्हणतोय, आता तू परत जायला हवं! तू कुठून आलास तेथून?

विकी

नेमक तुम्हाला काय म्हणायचे आहे ?

विकी बाबांना काही विचारण्यापूर्वीच बाबा तिथून गायब होतात. बाबांना असे गायब होताना पाहून विकी घाबरतो. विकी तिथून शक्य तितक्या लवकर डॉक्टरकडे जाण्याचा प्रयत्न करतो. काही वेळाने, जेव्हा तो रुग्णालयात पोहोचतो तेव्हा त्याला आश्चर्य वाटते कारण त्या ठिकाणी ना डॉक्टर होते ना रुग्णालय.

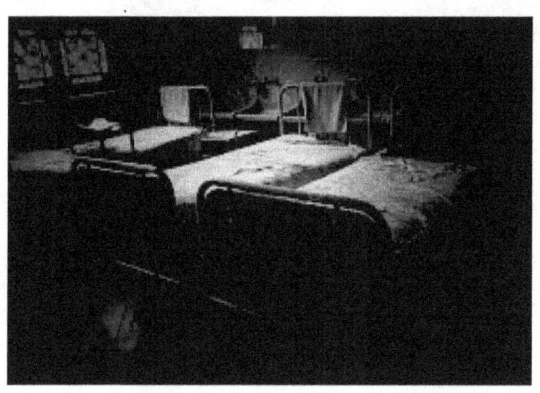

Enter Caption

आता त्याला सगळं समजत होतं, तो डॉक्टर आणि तो तांत्रिक, ते सगळे खरे नव्हते, ते फक्त त्याच्या मनाची निर्मिती होती, विकी दोन महिन्यांपासून जे काही पाहत होता ते फक्त एक भ्रम होता .

काही काळानंतर

खोलीत

Enter Caption

विकी जमिनीवर पडला होता, त्याला का माहित नव्हते पण तो आतून तुटलेला दिसत होता, तो फक्त एका ठिकाणी थांबला, तेवढ्यात विनोद आणि अमोल विकीला भेटायला तिथे येतात.

अमोल

तिथून पळून जाऊन तू बरोबर केलंस विकी .

विनोद

हो, आम्हालाही तिथे दम लागत नव्हता.!

अमोल

विकी, तू गप्प का आहेस, काहीतरी बोल ना? आम्हाला माफ कर आम्ही तुला तिथे घेऊन जायला नको होते .

विकी अचानक बोलला

विकी

तो डॉक्टर आणि तो तांत्रिक प्रत्यक्षात अस्तित्वात नाही आहेत , ते फक्त माझ्या कल्पनेचे एक रूप होते. जे मी नकळत निर्माण केले होते!

विनोद

काय ! पण हे कसं होऊ शकतं?

विकी

जर तुम्हाला विश्वास बसत नसेल तर जाऊन बघा!

अमोल विनोदला सांगतो की तू त्या बाबांन कडे जा.

मी त्या डॉक्टरला भेटतो आणि परत येतो. मग दोघेही पटकन त्यांना भेटायला गेले आणि काही वेळाने परत आले.

अमोल

विनोद काय झालं ?

विनोद

विक्की खरं सांगत आहे, तिथे झाडांशिवाय काहीच नाही, आणि तू तिथे गेला होतास तिथे काय झाले ?

अमोल

तिथे फक्त एक जुनी इमारत आहे आणि दुसरे काही नाही.

अमोल

पण विकी, असं कसं होऊ शकते. , मी कबूल करतो की हे लोक वास्तवात नव्हते, पण तु भिऊ नकोस आम्ही नक्कीच काहीतरी उपाय शोधू.

त्यांच्या जाण्याने विकीला दु:ख झाले नाही पण त्याला वेगळेच काहीतरी त्रास देत होते.

विनोद

मला हे समजत नाहीये!

अमोल

काय समजत नाही विनोद ?

विनोद

जर तो बाबा आणि डॉक्टर विकीच्या मनाने निर्माण झाले असतील, तर ते आपल्या दोघांना का दिसत होते?

विकी रडत रडत. बोलतो

कारण तुम्ही दोघेही माझ्या मनाने निर्माण केले आहेत !

अमोल आणि विनोद

काय !!!!!

विकी

तुम्ही फक्त माझ्या कल्पनेची एक रचना आहात जी मी वास्तव मानत होतो आणि फक्त तुम्हीच नाही तर माझ्या कुटुंबातील सदस्य देखील फक्त एक भ्रम आहात, ते प्रत्यक्षात येथे नाहीतच.

विनोद आणि अमोल संकोचून म्हणतात की तू मस्करी करत आहेस ना विकी ?

त्यावेळी विकी काहीच बोलू शकला नाही, तो स्तब्ध झाला, त्याच्या डोळ्यातून अश्रू वाहत होते.

विनोद

अमोल , आपण पण इतरांसारखे गायब होऊ का?

अमोल

काहीतरी बोल, तू इतका शांत का बसला आहेस विकी ?

विकीच्या मनात त्या दोघांच्या जुन्या आठवणी परत येत होत्या, त्याने कधीच विचार केला नव्हता की त्याचे मित्र देखील फक्त एक कल्पना असू शकतात.

अमोल

मला समजले तू गप्प का आहेस?

विनोद

का?

अमोल

विनोद, त्याचे हो त्याच्या शांततेतच आहे!

विकी डोके खाली करतो आणि तो काही बोलण्यापूर्वीच दोघेही तिथून गायब होतात. विकी स्वतःमध्येच अडकतो आणि मोठ्याने ओरडतो, त्याच्याकडे आता गमावण्यासारखे काहीही उरलेले नाही कारण

विकीचे कुटुंब त्याच्या गावात नव्हते किंवा त्याचे मित्र इथे नव्हते, त्याला वाटू लागले की त्याच्या आजूबाजूचे लोकही प्रत्यक्षात इथे नाहीत . नाहीतर तो स्वतः इथे नाहीये!

त्याला बाबांचे शब्द आठवतात की तू आता परत जावे .

मग त्याला डॉक्टरांनी सांगितलेले आठवले, आता तुम्ही जाऊ शकता!

स्वतःशी बोलत बोलत तो एका मंदिराजवळ जातो, नंतर देवाकडे पाहून तो हात जोडून त्याच्यासमोर नतमस्तक होतो.

Enter Caption

दहा मिनिटे उलटून गेली पण विकी तिथेच बसून एका खऱ्या देवभक्तासारखा देवाला मनापासून प्रार्थना करत होता. काही वेळाने, तो सीडीओवरून खाली उतरत असताना कसा तरी त्याचा पाय घसरला जणू काही ती देवाची इच्छाच होती. सीडीवरून पडल्यानंतर त्याचे डोके सीडीवर आदळले, त्याच्या डोक्यातून रक्त येऊ लागले. कधीकधी त्याला समोर काहीतरी दिसत होते तर कधीकधी त्याला फक्त काळा पडदा दिसत होता. शेवटी, त्याच्या समोर एक काळा पडदा दिसला आणि त्याने डोळे मिटले.

दवाखण्यात (विकीच्या गावात)

हॉस्पिटलमध्ये विकी बेडवर पडला होता, त्याच्याभोवती काही लोक उभे होते, ज्यात डॉक्टरही होते. विकी हळू हळू डोळे उघडतो आणि त्याचे कुटुंब त्याच्या समोर होतें, त्याची आई म्हणते, मी देवाचे आभार मानते की तू अजूनही शुद्धीवर आहेस.

विकी

तुम्ही सर्व तिरुकेस्वरला कदी अलात ?

विकीचां भाऊ

काय तिरुकेश्व रला ? अरे दादा यी तर वाडी आहे.

विकी काही बोलायच्या आत डॉक्टर आत येवून बोलतात आज चा दीवस दरुन ८ दिवस जाले परंतु येवडया लवकर। विकी कोमा तुन बाहेर येईल असे वाटत। नवहते. दोन दिवसात तुमी त्याला घरला घेऊन जाऊ शकता .

आता विकी ला कलालेले होते की आपन ८ दीवस जा ले कोमा मधे होतो परंतु त्यानें ही सर्व घोस्ट कोनालही न सांगता त्याने त्या गोष्ठी ची। चिंता सोडुन दीली आनी आनंदाने तो घरि घेला .

पण आम्ही पाहिले ते काय होते

प्रत्यक्षात नऊ दिवसांपूर्वी विकीच्या डोक्याला खूप मोठी दुखापत झाली होती आणि तो त्यावेळी १५ व्या वर्गात शिकत होता. दुखापतीमुळे तो कोमात गेला आणि विकी कोमात असताना त्याच्या जुन्या आठवणींना उजाळा देत होता, म्हणूनच त्याला वारंवार वाटत होते की हे सर्व आधी घडलेले आहे. पण आठवणी २ वर्षांपूर्वीच्या मागच्या होत्या, म्हणूनच त्याचा मेंदू त्या आठवणींना योग्यरित्या पुन्हा निर्माण करू शकत नव्हता. तुम्हाला बस अपघात आठवत असेलच, त्या वेळी पहिल्यांदा विकीच्या शेजारी एक मूल होते, त्यानंतर जेव्हा त्याने पुन्हा पाहिले तेव्हा त्या ठिकाणी एक म्हातारा माणूस होता आणि खाली उतरताना तिथे एक म्हातारी महिला होती. खरं तर त्याने अनेक वेळा बसने प्रवास केला असेल आणि त्याच्याभोवती किती लोक बसले असतील, म्हणूनच त्याचा मेंदू गोंधळलेला होता.

आणि अशाप्रकारे बस डेपोमध्ये झालेला अपघात आणि प्रकाश येथे झालेला अपघात नक्कीच घडला असावा. विकीचा मेंदू त्या जागेची पुनर्निर्मिती करू शकला होता पण त्या ठिकाणाहून येणारे आवाज दुसऱ्याच अपघाताचे वाटत होते आणि म्हणूनच तो ते आवाज ऐकू शकत होता.

आणि कदाचित त्याच्याच भीतीमुळे त्याला स्वतःचा चेहरा दिसला असेल .

पण तरीही तुम्हाला कदाचित समजणार नाही की डॉक्टर आणि बाबा तिथे का होते.

खरंतर, आजच्या काळात आपण प्रथम शास्त्रज्ञांवर विश्वास ठेवतो आणि नंतर इतर सर्व गोष्टींवर. त्याचप्रमाणे, विकीने देखील प्रथम शास्त्रज्ञांवर म्हणजेच डॉक्टरांवर आणि नंतर इतर सर्व गोष्टींवर विश्वास ठेवला.

आणि आश्चर्याची गोष्ट म्हणजे अमोल आणि विनोद प्रत्यक्षात अस्तित्वात नव्हते, ते फक्त त्याच्या मनाने निर्माण केले होते किंवा त्याच्या मेंदूची निर्मिती

होती.

तात्पर्य

आजकाल आपण अनेकदा वेगवेगळ्या समस्यांनी वेढलेले असतो आणि आपण त्या समस्यांवर वेगवेगळे उपाय शोधण्याचा प्रयत्न करतो पण त्या सर्व समस्यांवर एकच उपाय आहे आणि आपण त्या सोडवण्याव्यतिरिक्त इतर कोणत्याही गोष्टीत आपला वेळ वाया घालवतो.

: शेवट :

सत्र - 2

काही वेळाने जेव्हा विकी सोशल मीडियावर स्क्रोल करत होता, तेव्हा त्याला एक फोटो दिसला आणि तो फोटो पाहून विकी थक्क झाला, त्याचे हात थरथरत होते, त्याला हे सर्व खरे आहे की खोटे हे समजत नव्हते. आणि प्रत्यक्षात तो फोटो .... यांचा होता

: शेवट :

2

चक्रव्यूह २

चक्रव्यूह २

सत्यचा विजय

विकीने त्याच्या मनातून सर्व जुन्या गोष्टी काढून टाकल्या होत्या. तो पुन्हा त्याचे आयुष्य जगत होता. त्याने त्याच्यासोबत घडलेल्या गोष्टींबद्दल कोणालाही सांगितले नाही आणि त्याबद्दल बोलला ही नाही . विकी आता केपी कॉलेजमध्ये जाण्याचा विचार करत होता. त्याने सर्व प्रक्रिया पूर्ण केल्या होत्या.

आज सकाळी नऊ वाजता. (विकिच्या घरी.)

विकी

आई, मी कॉलेजला जाऊन ल गे च परत येईन. काल मी तुला दिलेला पेपर दे.

विकीची आई

हो बेटा, हे घे आणि काम झाल्यावर थेट घरी ये, ठीक आहे.

विकी

हो आई, मी थेट घरीच येईन, मी आता जाऊ का?

विकीची आई

हो, पण काळजीपूर्वक जा!

तेथून विकी नेहमीप्रमाने केपी कॉलेजला जातो आणि तीते जे पेपर द्यायचे होते ते देतो आणि घरी परत येन्यासाठी बसमध्ये बसतो.

Enter Caption

बसमध्ये बसून तो त्याच्या मोबाईलवर सोशल मीडिया स्क्रोल करत असताना अचानक त्याला असा एक फोटो सापडतो आणि तो पाहिल्यानंतर त्याचे हात थरथर कापू लागतात आणि तो भान हरपण्यापूर्वी कोणाची तरी मदत घेतो. आस पास चे लोक विनोद ला उठवन्याचा प्रयत्न करतात पण वीकी काही उटत नाही.

यानंतर बसमधील काही लोक त्याला रुग्णालयात दाखल करतात आणि काही वेळाने विकी शुद्धीवर येतो. डॉक्टर विकी ला काही गोळ्या लीहून देतात ↓मग , विकी हॉस्पिटल चे पैसे भरून घरी येतो. पन त्याचे मन स्थिर नव्हते. घरी आल्यावर त्याची आई त्याला म्हणते.

आई

मी म्हटलं होतं की तू वेळात परत ये, मग तु इतका वेळ का केलास ?

विकी काहीच बोलत नाही आणि त्याच्या खोलीत जाऊन खुर्ची वर बसतो आणि पुन्हा मोबाईल च्या स्क्रीनकडे पाहतो. त्याला तो फोटो दिसतो आणि तो फोटो दुसऱ्या कोणाचा नसून डॉक्टरचा होता !

आता त्याच्या मनात सर्व जुन्या गोष्टी येत होत्या, हे कसे घडू शकते, मी कोमात पाहिलेला डॉक्टर चा फोटो मला मोबाईल वर कसा दिसू शकतो याचा विचार करत करत तो त्याच्या मित्राला भेटायला जातो. तिथे त्याचा मित्र म्हणजे

सुहास, सुहास एका झाडाखाली बसून विकीची वाट पाहत होता. विकी ला पाहिल्यावर सुहास विकी ला. विचारतो

सुहास

बोल विकी तुला काय सांगायचे होते मला ?

विकी

मी तुला सर्वप्रथम सांगू इच्छितो की हे सर्व खरे आहे.

सुहास

हो, बरोबर आहे, पण सांगतर आदी .

विकी

तूला आठवतंय मी कोमात गेलो होतो. तेव्हा मी काही घोस्टी बगितल्या होत्या मी हे कोणालाही सांगितलं नव्हतं, पण मी तुला सांगतोय. जेव्हा मी कोमात होतो तेव्हा अशा प्रकारे बोलून सर्व घोस्ट सुहास ला सांगतो

सुहास

तर हे सगळं तुझ्यासोबत झालं, पण घाबरण्याचं काय कारण आहे, तू आता ठीक आहेस ना?

विकीने त्याला तो फोटो दाखवला , जो मोबाइल वर होता. आणि म्हणाला ?

विकी

तु याला ओळखतोस काय ,हा दुसरा तिसरा कोणी नसून हा तो डॉक्टर आहे. मी ज्या व्यक्तीला कोमात पाहिले होते तो हाच व्यक्ती आहे . याला मी तो कोमात जाण्यापूर्वी कधीही पाहिले नव्हते. पण आज हे चित्र पाहून मला वाटते की हे वास्तव आहे की फक्त एक खोटे आहे जे मी वास्तव मानून जगत आहे.

सुहास

बघ मित्रा, जर तो डॉक्टर खरा असेल तर आपण त्याला शोधू शकतो, माझ्या एका मित्राचा भाऊ हे सर्व करत असतो , मी त्याला त्याची प्रोफाइल पाठवतो, मला कळताच मी तुला कळवीन, ठीक आहे, आणि हो घाबरू नकोस, मी तुझ्यासोबत आहे.

ऐक दिवसानंतर

सुहासचा फोन आला तेव्हा विकी खुर्चीवर बसून हाच सर्व विचार करत होता .

सुहास

हॅलो विकी , मला त्या डॉक्टर चे ठिकाण मिळाले आहे, जर तुला हवे असेल तर आपण आत्ताच तिथे जाऊ शकतो. आणि काय खरे आहे त्याचा शोध काढू शकतो .

विकी

ठीक आहे सुहास ,मी लवकर तयार होऊन तुझ्या कडे येईन मग आपण तेतून नच तिररुकेस्वेर ला जाऊ.

मग विकी आणि सुहास ट्रेनने तिरुकेश्वरला निघतात, तिथे पोहोचल्यानंतर ते डॉक्टरला शोधण्याचा खूप प्रयत्न करतात पण त्यांना तो सापडत नाही. शोधत शोधत संध्याकाळ झाली होती पण डॉक्टर चा काही पत्ताच लागत नव्हता मग

दोघेही निराश होऊन घरी परततात .

तीन दिवसांनंतर

विकी आणि सुहास पुन्हा तिरुकेश्वरला निघून जातात, आर्धा दिवस निघून जातो पण डॉक्टरांचा काही पत्ता लागत नव्हता , मग ते जेवण घेण्यासाठी येका ठिकाणी थांबतात, तिथे ते जेवायला सुरवात करणारच होते की , तेवढ्यात त्यांना तो डॉक्टर दिसतो आणि ते अर्धवट जेवण सोडून ते दोघे डॉक्टर चा पाठलाग करतात . तेव्हा डॉक्टर त्याणा पाहतो तेंव्हा तो घाही घाहि ने दवाखान्यात निगतो . विकी आणि सुहास डॉक्टर च पाठलाग करून शेवटी दवाख्यात पोहचतात तेव्हा डॉक्टर विकीला पाहून बोलतात.

डॉक्टर

तुम्ही सगळे इथे कसे, तुम्ही अपॉइंटमेंट घेतली आहे का?

Enter Caption

विकी

नाही, आम्हाला तुमच्याशी काही महत्वाचे बोलायचे आहे .

डॉक्टर

ते काहीही असो तूम्ही अगोदर अपॉइंटमेंट घ्या आणि मग मी तुमच्याशी बोलतो, आता येथून निगुन जा.

विकी

मला जास्त काही विचारायचे नाही , मला फक्त तुम्हाला येवड विचारायचे आहे की तुम्ही मला या आदी कधी पाहिले आहेत का?

डॉक्टर घाईघाईने म्हणतात. नाही तुम्ही कोण आहे मला नाही माहित.

त्यांच्या वागण्यावरून दिसून येत होते की ते खोटं बोलत आहे

मग विकी काहीही न बोलता तिथून बाहेर येतो, तो विचार करू लागतो की कदाचित मी काही चूक केली असेल, पण बाहेर येताच त्याला भिंतीवरचा बोर्ड दिसतो, तो अगदी कोमात असताना पाहिल्या सारख्या बोर्डसारखाच असतो.

सुहास

विकी आता काय करायचे ? ते तर नाही म्हणाले .

विकी

मला जरा विचार करू दे .

सुहास

तू तिरुकेश्वरमध्ये कोमात होतास, मग तुला तुझ्या मित्राचा आणि तुज्या खोलीचा पत्ता आठवतो काय. जर आपण तिथे गेलो तर कदाचित आपल्याला जे हवे आहे ते मिळेल.

विकी

हो, मी कधीच या घोष्टी चा विचारच केला नव्हता, मला थोडंसं आठवतंय, चला मग जाऊया.

विकी आणि सुहास प्रथम विनोदच्या घरी जातात पण विनोदचे कुटुंब तिथे नसते. जेव्हा विकी त्यांना विनोदबद्दल विचारतो तेव्हा ते म्हणतात की ते वर्षानुवर्षे येथे राहत आहेत आणि त्यांना त्या नावाचा मुलगा माहित नाही.

त्यानंतर दोघेही अमोलच्या घरी गेले आणि तेथेही तेच उत्तर मिळाले. ते दोघे निराश होऊन रस्त्याच्या कडेला बसतात तेंव्हा हाताश झालेला सुहास विकीला विचारतो.

सुहास

तुला आठवतंय का की हीच दोन घरे होती?

विकी

हो सुहास , मला माहित आहे की हीच घरे होती, तीच रचना, तोच रंग, सगळं सारखेच, पण हे सगळं काय आहे?काय चाललंय मला काहीच कळत नाहीये.

Enter Caption

मग दोघेही शेवटी विकीच्या खोलीच्या दाराजवळ येतात तेतुन नच हा सर्व प्रकार चालू झाला , मग विकी स्तब्ध होतो कारण सर्व काही तसेच होते, खोलीजवळ एक विहीर होती जे त्याने कोमात पाहिलेली , ते सर्व काही येथे होते. दोघेही चालत चालत खोलीजवळ आले, खोली बंद होती.

Enter Caption

मग सुहास दगडाने कुलूप तोडून आत गेला, आणि विकी आत जाताच त्याला जुन्या घटना आठवू लागल्या, जसे की विकी जमिनीवर झोपलेला होता आणि विनोद आणि अमोल त्याला उठवत होते, अशा सर्व घटना त्यावेळी त्याच्यासमोर येत होत्या. आनी तो ऐक टक जमिनीकडे पाहत होता. ते पाहून सुहास विकी ला विचारतो.

सुहास

विकी विकी , तू काय करत आहेस ,तू ठीक तर आहेस ना ?

विकी

हो, मी ठीक आहे सुहास , तुला माहिती आहे मी आणि विनोद इथे बसून जेवायचो, आणि एकदा मी इथे घसरलो, होतो आणि बाहेर जी विहीर तू पाहिलीस ना त्यात कोणीतरी अमोलला बुडवून मारले आणि तुला माहिती आहे का त्याला कोणी मारले, विनोद आणि मी!

विकीचे बोलणे ऐकून सुहास चक्क घाबरतो त्याच्या पायाखालची जमीन खिस्कते . कोण खरे बोलत आहे आणि कोण खोटे , हे त्याला कळत नव्हते.

सुहास

विकी चल आपन निघून जाऊ इथून.

पण विकी तेचं काही ऐकत नव्हता आणि बोलतच राहिला, पण सुहासने त्याचा हात धरून त्याला बाहेर नेलं. बाहेर आल्यानंतर सुहास विकीला तिथून दूर घेऊन आला.

विकी

तू मला इथे का आणलंस? मला आतून शोधून काढायचं होतंकी हे सर्व मज्यासंगट का घडत आहे ?

सुहास

तू काय करत होतास ते मी पाहिले आहे आणि हे सगळं तुझ्यासोबत का घडत आहे हे मला कळले सुधा आहे .

विकी

का घडत आहे ?

सुहास

कारण तू आणि विनोदने मिळून अमोलला विहरीत बुडवून मारले होते आणि आता अमोल तुझ्याकडून याचाच बदला घेत आहे.

विकी

काय, हे तुला कोणी सांगितले !

सुहास

तूच आत म्हणत होतास की विनोद आणि मी मिळून अमोलला मारलं.

विकी

हे मी म्हणालो ? काय , आता तूही वेड्यासारखा बोलत आहेस सुहास .

सुहास

हा , मी वेडा झालो आहे विकी की , कारण मी तुझ्यासोबत एकटा फिरत आहे, मला तुझ्यावर विश्वास नाहीये की तू काय करशील आणि कधी करशील!

विकी

बघ मित्रा, मी कधीच कोणाला मारले नाही आणि कधीच कोणाला मारणार ही नाही, माझ्यावर विश्वास ठेव, मला माहित नाही की हे सर्व माझ्यासोबत का घडत आहे, मी या गोष्टींना कंटाळलो आहे, कोण बरोबर आहे आणि कोण चूक आहे, हे सर्व खोटे आहे की खरे आहे. आता मला स्वतःला गुदमरल्यासारखे वाटत आहे, कधीकधी मला स्वतःचा जीव घ्यावासा वाटतो, पण मग मला प्रश्न पडतो की हे सर्व का घडत आहे. अरे विचार कर सुहास माझी आणि अमोल ची मैत्री वास्तवात झालीच नाही तर मी त्याला कस मारू शकतो

सुहास

पण आत तूच म्हणालस की मी आणि विनोदने आमोल मारले ?

विकी

अरे मी कसा मारू शकतो त्याला मी त्याला पहिल्यांदा पाहिले होते ते पण कोमा मध्ये. मला हेच कळत नाही तो डॉक्टर कोमातून मला बाहेर कसा दिसू शकतो , ज्या दिवशी पासून मी या शहरात आलो आहे त्या दिवसापासून मला हेच कळत नाही आहे की हे सर्व सत्य आहे की खोटं

विकीचे बोलणे ऐकून सुहासच्या डोळ्यातही अश्रू येऊ लागले, पण सुहासने स्वतःवर नियंत्रण ठेवले आणि विकीला म्हनाला .

सुहास

विकी, तू कितीही प्रयत्न केलास तरी तू या चक्रव्यूहातून बाहेर पडू शकणार नाहीस, जर तू त्या घोष्टीचा कितीही पाठलाग केलास तर तु पुन्हा येतेच येशील माझे एकलेस तर

Enter Caption

जितके तु त्याला सोडवण्याचा प्रयत्न करशील तितके तु गोंधळून जाशील म्हणून याबद्दल विचार करू नकोस आता तुजे नशीब तुज्याच हातात आहे. बाकीचे तुमच्यावर अवलंबून आहे.

विकी

कदाचित तु बरोबर आहेस सुहास ,मी याबद्दल विचार करायला नको होता. आता हा अध्याय इथेच संपतो. आणि हा चक्रव्यूह सुध्हा

यानंतर, विकीने हे सर्व त्याच्या मनातून काढून टाकले, आता तो कॉलेज आणि घराशिवाय इतर कशाचाही विचार करत नव्हता, सहा महिने उलटून गेले, जेव्हा तो कॉलेजमध्ये होता तेव्हा त्याने काही पेपरचा फॉर्म भरला होता आणि आता

त्याला पेपर देण्यासाठी करवीरला जावे लागले, दुसऱ्या दिवशी तो सर्व तयारी करून करवीरला निघून गेला, करवीर एक मोठे शहर होते, ते शहर आजूबाजूच्या गावांचे सामाजिक केंद्र होते, विकी करवीरच्या टिक्स कॉलेजमध्ये गेला आणि तिथल्या एका बागेच्या बैंच वर बसला.

काही वेळाने त्याची नजर एका मुलावर पडते, पण त्याला त्याचा चेहरा दिसत नव्हता मग विकी त्याला पाहण्यासाठी पुढे गेला तेव्हा त्याचे डोके पुन्हा गोंदलुन गेले ..

तो त्या मुलाचा चेहरा पाहतो आणि विकी त्याला पाहताच त्याच्याकडे धावतो. खरंतर तो मुलगा दुसरा तिसरा कोणी नसून विनोद होता. विनोद विकीला त्याच्याकडे येताना पाहतो तेव्हा विनोद तिथून पळून जात नाही तर तिथेच उभा राहतो.

विकी धावत येतो आणि विनोदला पाहून त्याचा चेहरा पुन्हा विचलित दिसत होता पण विकी फक्त एकच प्रश्न विचारतो विनोदला .

विकी

विनोद ! मला तुला फक्त एवढंच विचारायचे आहे की तु वास्तवात आहेस की फक्त माझ्या कल्पनेत आहेस ?

विनोद

होय, मी प्रत्यक्षात आहे विकी .

विकी रागावतो आणि त्याच्यवर ओरडतो. आजूबाजूचे विद्यार्थी त्यांच्याकडे पाहत होते,

विकी

बघ विनोद , मला काहीच समजत नाहीये, मला माहित नाही की तुखरोखर इथे आहेस की नाही, पण मला फक्त माझ्या प्रश्नांची उत्तरे हवी आहेत,

↓हे सगळं का घडतंय माझ्या संगट , कोणीतरी म्हणतंय... की मि कोमात होता, मी सगळं विश्वास ठेवणार होतो तेव्हा अचानक मला कोमात असलेल्या डॉक्टर दिसतात पण ते बाजूला ठेवून मी माझं आयुष्य जगत होतो देवहा तू माझ्या समोर आलास.

विनोद

माझं ऐक, मी तुला सगळं सांगतो.

विकी

हा बोल तेच तर येकाचे आहे मला , तुला माहित आहे माझी परिस्थिती कशी झाली आहे ?

विनोद

माहित नाही पण ऐक, या दोन वर्षात तुझ्यासोबत जे काही घडले ते सर्व खोट होत . खर तर, आमची नावेही वेगळी आहेत, मी विनोद नाही तर विशाल आहे आणि अमोल म्हणजे अमोल नाही तर अशोक आहे, हे सर्व आधीच व्यवस्थित नियोजन केलेले होते, काय करायचे, कसे करायचे, हे सर्वांना माहित होते, फक्त तुझ्याशिवाय.

विकी

म्हणजे. ?

विनोद

म्हणजे तु जे काही पाहिले, जे काही ऐकले, ते अगदी नाटकाच्या पटकथेसारखे होते, ते फक्त आम्हाला वाचण्यासाठी लिहिले गेले होते.

विकी

पण हे कस असू शकत ?

विनोद

हेच खर आहे विकी ! हे सर्व pdhbo नावाच्या संस्थेने केले होते म्हणजेच मानवी मेंदूचे शरीरविज्ञान विकास आयोजित करणे. त्यांना हे पहायचे होते की मानवी मेंदू किती लवकर एखाद्या अनपेक्षित गोष्टीवर विश्वास ठेवू शकतो. यासाठी त्यांना अशा व्यक्तीची आवश्यकता होती ज्याचे कुटुंब हे करण्यास तयार असेल. तुमच्या घराची आर्थिक परिस्थिती चांगली नव्हती आणि त्यांनी त्याचा फायदा घेत तुज्या कुटुंबाला पटवून दिले. त्यांनी इतर लोकांना नाटक करायला सांगितले. त्यामध्ये डॉक्टर, तांत्रिक (बाबा.) मी, अशोक आणि इतर अनेक लोक होते. त्यांनी तुज्याभोवती असे वातावरण निर्माण केले की तुला सर्वकाही खरे वाटायचे. तुला आवाज ऐकू यायचे किंवा लोक तुज्या समोरून गायब व्हायचे. हे सर्व केले गेले होते ,अगदी तुज्या कॉलेजमध्ये आणि तुज्या खोलीतही.

हे सर्व खोटे होते. तुला असे मानण्यास भाग पाडले गेले की तु कोमात गेला होतास आणि त्यातून बाहेर आला होतास गेल्या दोन वर्षापासून तुज्या सोबत जे काही घडत होते ते खरे होते पण तु जे वास्तव खरे मानत होतास ते प्रत्यक्षात एक रील होती

मग त्याना जे जाणून घ्यायचे होते ते त्याना ते मिळाले आणि त्यानंतर मी तुला सर्व काही सांगण्याचा प्रयत्न केला पण नंतर मला वाटले की तुही सर्व काही विसरून पुढे गेला असशिल म्हणून मला तो विषय पुन्हा उपस्थित करून तुज्या भावना दुखावायच्या नव्हत्या.

विकीच्या चेहऱ्यावर फक्त निराशा दिसत होती.

विकी

तुला माहित आहे हे सर्व कोणी केले

विनोद

मला त्या वक्तीचे नाव माहित नाही फक्त त्यांची ऐक मोठी कंपनी मबई ला. आणि त्या कंपनी चे नाव स्पार्क असे काही तरी आहे .

विनोद

तू ठीक आहेस ना?

विकी

मी पण तुला काय विचारलोय बग , मी काय बिगडू शकतो त्यांचं आणि कशाला जाणून घ्यायचे आहे त्यांचे कंपनी चे नाव .

मी ठीक आह विनोद. या दोन वर्षात जे जे माझ्या संगत घडल ना त्या मूळे मला काहीच वेगळं वाटत नाही आता माझ्या वागण्याने काय फरक पडतो? जे घडले ते मी बदलू शकत नाही. त्यांनी माझ्या कुटुंबाला मदत केली आणि मी त्यांना मदत केली.

विनोद काही बोलण्यापूर्वीच त्यनां पेपर देण्यासाठी बोलावण्यात आले. आणि दोघेही पेपर लिहिण्यासाठी आत गेले.

सत्र 3

विकी आणि विनोद पेपर लिहित असताना अचानक त्यांच्या वागण्यात बदल झाला. ते पेनने वारंवार हात कापत होते. त्यांच्या दोन्ही हातातून रक्त येत होते. हे पाहून सर्व विद्यार्थ्यांनी ओरढ न्यास। सुरुवात केली. विकी ला त्याच्या संगट जे काही होत होत ते का होत होत ते त्याला कळाले होते पण हे आचानक वेगळेच काय सुरू झाले ..

काय विकी या चक्रव्यूहातून सुटू शकणार ?????

.. शेवट. ..

हिरवा माणूस

हिरवा माणूस

स्वराज पाटील यांचे लेखन

एक आजोबा आणि त्यांचा नातू घराच्या छतावर बोलत असताना, नातू आजोबांना एक गोष्ट सांगण्याचा आग्रह करतो.

नातू

आजोबा, एक नवीन गोष्ट सांगा ना?

आजोबा

ठीक आहे, मी तुला त्या कावळ्याची आणि पक्ष्याची घोस्ट सांगतो ,ती खूप मनोरंजक आहे.

नातू

नाही आजोबा, तुम्ही ते खूप वेळा सांगितले आहात , कृपया मला काहीतरी नवीन सांगा.

आजोबा

बरं तुला आता नवीन काय सांगायचे , तु सर्व कथा ऐकल्या असतील, म्हणून मी आपल्या जंगलातील त्या खास झाडाची गोष्ट सांगतो

नातू

हो सांगा आजोबा!

आजोबा

असे म्हटले जाते की अनेक वर्षांपूर्वी देव आणि राक्षसामध्ये युद्ध झाले होते.

एकदा, महर्षी दुर्वासांच्या शापामुळे स्वर्गातील संपत्ती, समृद्धी आणि वैभव नाहीसे झाले. या समस्येचे निराकरण करण्यासाठी सर्व देव-देवता भगवान विष्णूकडे गेले. मग विष्णूजींनी देव आणि दानवांमध्ये समुद्रमंथन करण्याचा उपाय सुचवला. त्यानंतर, समुद्रमंथनातून १४ मौल्यवान रत्ने मिळाली.

नातू

पण समुद्रमंथन कसे घडले आणि समुद्र मंतन म्हणजे काय आजोबा

आजोबा

ही खूप मोठी कहाणी आहे,

नातू

नाही आजोबा, मला सुरुवातीपासून जाणून घ्यायचे आहे!

आजोबा

तर एक , एकदा दुर्वासा ऋषी आपल्या शिष्यांसह भगवान शिवाचे दर्शन घेण्यासाठी कैलासला जात होते. वाटेत त्यांना देवराज इंद्र भेटले. इंद्र ने दुर्वासा ऋषी आणि त्यांच्या शिष्यांना भक्तीने नमस्कार केला. मग दुर्वासा यांनी इंद्राला आशीर्वाद दिला आणि त्यांना भगवान विष्णूचे पारिजात फूल दिले. इंद्रासनाच्या अभिमानाने भरलेल्या इंद्राने ते फूल आपल्या ऐरावत हत्तीच्या डोक्यावर ठेवले. ते फूल ऐरावतला स्पर्श करताच, येरावत इंद्राचा त्याग करून त्या दिव्य फुलाला तुडवत जंगलाकडे गेला.

नातू

मग काय झालं आजोबा?

आजोबा

मग काय, दुर्वासा ऋषींनी क्रोधाने देवराज इंद्राला 'श्री' (लक्ष्मी) पासून वंचित राहण्याचा शाप दिला. दुर्वासा मुनींच्या शापामुळे लक्ष्मी स्वर्ग सोडून त्याच क्षणी गायब झाली. लक्ष्मीच्या जाण्यामुळे इंद्र आणि इतर देव कमकुवत झाले. त्यांचे वैभव नष्ट झाले. इंद्र कमकुवत आहे हे जाणून, राक्षसांनी स्वर्गावर हल्ला केला आणि देवांना पराभूत केले आणि स्वर्गाच्या राज्यावर त्यांचा ध्वज फडकावला. त्यानंतर इंद्र देवगुरु बृहस्पती आणि इतर देवांसह ब्रह्माजींच्या दरबारात हजर झाला. तेव्हा ब्रह्माजी म्हणाले - "देवेंद्र! लक्ष्मी रागाने तुझ्यापासून दूर गेली आहे कारण तू भगवान विष्णूला अर्पण केलेल्या फुलाचा अपमान केलास. तिला पुन्हा प्रसन्न करण्यासाठी, तू भगवान नारायणाचे आशीर्वाद घ्यावे. त्यांच्या आशीर्वादाने तुला तुझे गमावलेले वैभव परत मिळेल."

शाप उपचार

अशाप्रकारे ब्रह्मदेवाने इंद्राला आश्वस्त केले आणि त्याला भगवान विष्णूकडे आश्रयासाठी नेले. तिथे परम पुरुष भगवान विष्णू लक्ष्मीसोबत बसले होते. देवतांनी भगवान विष्णूची स्तुती केली आणि म्हणाले- "प्रभु! आम्ही तुमच्या चरणी वारंवार नतमस्तक होतो. प्रभू! आम्ही ज्या उद्देशाने तुमच्या आश्रयाला आलो आहोत, ते कृपया पूर्ण करा. दुर्वश ऋषींच्या शापामुळे देवी लक्ष्मी आमच्यावर क्रोधित झाली आहे आणि राक्षसांनी आम्हाला पराभूत करून स्वर्ग ताब्यात घेतला आहे. आता आम्ही तुमच्या आश्रयाला आहोत, कृपया आमचे रक्षण करा." भगवान विष्णू भूतकाळ, वर्तमान आणि भविष्य पाहू शकतात. त्यांना एका क्षणात देवांचे विचार समजले. मग ते देवतांना म्हणाले - "देवांनो!

माझे ऐका, कारण तुमच्या कल्याणाचा हा एकमेव मार्ग आहे. यावेळी, राक्षसांना काळाचे विशेष आशीर्वाद आहेत, म्हणून तुमच्या उदयाचा आणि राक्षसांच्या पतनाचा काळ येईपर्यंत तुम्ही त्यांच्याशी करार करावा. क्षीरसागराच्या गर्भात, अनेक दिव्य गोष्टींसह, अमृत देखील लपलेले आहे. ते पिणाऱ्यासमोर मृत्यू देखील पराभूत होतो. यासाठी, तुम्हाला समुद्रमंथन करावे लागेल. हे कार्य अत्यंत कठीण आहे, म्हणून या कार्यात राक्षसांची मदत घ्या. गरज पडल्यास शत्रूंनाही मित्र बनवावे. त्यानंतर, अमृत प्या आणि अमर व्हा. मग दुष्ट राक्षस देखील तुमचे नुकसान करू शकणार नाहीत. त्यांनी कोणतीही अट घातली तरी स्वीकारा. लक्षात ठेवा की सर्व कामे शांतीने पूर्ण होतात, रागावल्याने काहीही होत नाही. भगवान विष्णूच्या सल्ल्यानुसार, इंद्र आणि इतर देवता राक्षस राजा बलीकडे कराराचा प्रस्ताव घेऊन गेले आणि अमृताबद्दल सांगून समुद्रमंथनासाठी त्याला तयार केले.

Enter Caption

समुद्र मंथनाच्या वेळी, समुद्राच्या सभोवताली एक मोठा आवाज ऐकू येत होता. यावेळी, दिव्य कार्यांच्या यशासाठी, सुरभी कामधेनू प्रकट झाली. शेकडो काळ्या, पांढऱ्या, पिवळ्या, हिरव्या आणि लाल गायी तिच्याभोवती होत्या. त्यावेळी, मोठ्या आनंदाने भरलेल्या ऋषींनी देवांना आणि दानवांना विनंती केली आणि म्हणाले, . त्यानंतर, सर्वांनी मोठ्या उत्साहाने क्षीरसागराचे मंथन सुरू केले. त्यानंतर, समुद्रातून चार दिव्य वृक्ष प्रकट झाले - कल्पवृक्ष, पारिजात, आंब्याचे झाड आणि संतन.

त्यापैकी सर्वात शक्तिशाली आणि अद्वितीय झाड म्हणजे कल्पवृक्ष. आपल्या पूर्वजांनीही ते झाड पाहिले होते पण काळाच्या ओघात ते झाड जंगलात कुठेतरी

हरवले. त्यानंतर अनेकांनी ते शोधण्याचा प्रयत्न केला पण त्यांना यश आले नाही.

नातू

मग पुढे काय झालं ?

आजोबा

बाकी काही नाही, खूप उशीर झाला आहे आता झोप.

तीस वर्षांनंतर

सध्याचा दिवस. (मुंबई शहरात)

एका बंद खोलीत सर्वजण खुर्च्यांवर बसले होते, संपूर्ण खोली रिकामी होती आणि अचानक कोट घातलेला एक माणूस आत येतो आणि त्याचे नाव हायमर होतें. हायमर हा स्पार्क कंपनीचा मालक होता .

Enter Caption

हायमर

तर तुम्हाला कुठपर्यंत कळले?

त्या खोलीतला माणूस

साहेब, आम्ही सध्या प्रयत्न करत आहोत, आम्हाला मिळालेल्या माहितीनुसार,
ती गोष्ट देशाच्या उत्तरेकडील भागात आहे.

हायमर

फक्त एवढच , तुम्हाला सर्वांना माहिती आहे की ती गोष्ट आपल्यासाठी किती
महत्त्वाची आहे, ते फक्त एक झाड नाही तर अब्जावधींची मालमत्ता आहे, त्याचे

एक पानही लाखो रुपयांचे असू शकते, जर आपल्याला ते झाड मिळाले तर आपण यशस्वी होऊ. इतर सर्व पिढ्यांना काहीही करण्याची गरज नाही, मला फक्त ते हवे आहे, आता लवकर कामाला लागा.

सगळे म्हणतात हो सर !

ऑफिसच्या बाहेर दोन लोक बसलेले असतात आणि ते बातचीत करताना .

सुहास

काय चाललंय, ही बैठक का?

विकास

मला नक्की माहित नाही, पण हे सर्व लोक ते झाड शोधत आहेत .

विकास

कोणते झाड?

Enter Caption

आकाश

अरे तेच , ज्याच्या कथा आपण ऐकायचो, म्हणजे कल्पवृक्ष!

विकास

पण या सर्व गोष्टी काल्पनिक आहेत, हे लोक असे झाड का शोधतील जे प्रत्यक्षात अस्तित्वात नाही?

विकास

ते तुला वाटत असेल. खरंतर हे मोठ्या लोकांचे षड्यंत्र आहे, हे लोक घाबरतात की ती गोष्ट दुसरे कोणीतरी त्यांच्या आधी मिळवितील म्हणूनच हे लोक प्रथम त्या गोष्टीला खोटे आणि अफवा म्हणतात, पण आतून ते ती गोष्ट मिळवण्याचा प्रयत्न करत असतात.

वीस वर्षांपूर्वी

गावात (आश्रम)

Enter Caption

ते फक्त म्हणाला तेवडच गाव होतं बाकी ते मूळ एक आश्रम होते . पण ते
जंगलामध्ये खूप आतवर होते,गावातील सर्व मुले एका झाडाखाली शिक्षण
घ्यायची, तिथे जवळजवळ 15 मुले होती, गाव जवळजवळ जुने होते, जुन्या
काळातील घरांप्रमाणेच, जवळजवळ सर्व काही रंगीबेरंगी होते, म्हणूनच आजही
तिथे गुरुकुल पद्धत दिसते, एके दिवशी दोन भावांमध्ये काही गोष्टीवरून भांडण
झाले आणि त्याच क्षणी आचार्य आत येत असतात, मग सर्व शिष्य त्यांना पाहून
नमस्कार करतात, सर्वजण गुरूंना तिथे आचार्य म्हणत होते .

मग आचार्य एका मोठ्या झाडाखाली बसतात आणि त्यांना म्हणतात.

Enter Caption

आचार्य

काय झालं , आज इतकी अशांतता का आहे?

तेथे एक शिष्य उभा राहिला आणि म्हणाला खरंतर आचार्य, हे दौनी भाऊ आपापसात भांडत होते!

आचार्य

कोणत्या वादावर?

शिष्य

खरंतर अर्जुन म्हणतो की शस्त्रे शास्त्रांपेक्षा मोठी आहेत आणि लक्ष्मण म्हणतो की शस्त्रे शास्त्रांपेक्षा लहान आहेत.

Enter Caption

अर्जुन आणि लक्ष्मण हे जुळे भाऊ होते. दोघेही दिसायला एकसारखे होते. लहानपणी ते यका झाडाखाली आचार्य यांना सापडलेले होते, काही दिवसांपूर्वीच ते इथे आले होते. अर्जुन मोठा होता आणि लक्ष्मण धाकटा. पण भाऊ असूनही त्यांचे विचार वेगळे होते.

आचार्य

तुम्ही सगळे इथे सर्व आदी खाली बसून घ्या !

आचार्यांच्या सूचनेनुसार सर्व शिष्य झाडासमोर जमिनीवर बसतात, तेव्हा अचानक सर्वत्र शांतता पसरते.

आचार्य

आता मला सांगा की जन्म मोठा आहे की मृत्यू, पाप मोठे आहे की पुण्य, द्वेष मोठा आहे की प्रेम, शास्त्र मोठे आहे की शस्त्रे?

जर जन्मात मृत्यू नसेल, पुण्यमध्ये पाप नसेल, प्रेमात द्वेष नसेल, तर मानवी जीवनात जन्म, पुण्य आणि प्रेमाचे मूल्य नाही., त्याचप्रमाणे, जर शस्त्रे नसतील तर धर्मग्रंथ राहणार नाहीत आणि जर धर्मग्रंथ नसतील तर शस्त्र राहणार नाहीत.

Enter Caption

कधीकधी. शास्त्र वाचवण्यासाठी ,शस्त्रांचा वापर केला जातो. , पण शस्त्र समजून घेण्यासाठी शास्त्र समजून घेणे देखील आवश्यक आहे, या दोन्ही गोष्टींचा पाया एकच आहे परंतु दिशा आणि परिणाम वेगळे आहेत.

खरंतर, लाखो वर्षांपूर्वी, देवाने पृथ्वी आणि आपल्यासह सर्व सजीवसृष्टी व प्राणी निर्माण केले, परंतु मानवांना सबल बनवण्यासाठी, देवाने आणखी दोन गोष्टींचे निर्माण केले , त्या दोन गोष्टींमधून मानवी संस्कृती उदयास आली, हे दोन आशीर्वाद फक्त मानवांनाच का मिळाले, आपण त्यांच्या पात्र आहोत की नाही, परंतु आपण त्यांचा वापर फक्त चांगल्या हेतूंसाठी केला पाहिजे. जर एक चांगले

नसेल तर दुसरे वाईटही नाही.

आता सर्वजण जा आणि आराम करा!

सर्व शिष्य तिथून निघून जातात पण लक्ष्मण तिथून जात नाही.

आचार्य

तू गेला नाहीस, जाऊन आराम कर?

लक्ष्मण

मला ही गोष्ट समजली नाही आचार्य?

आचार्य

कोणती गोष्ट लक्ष्मण !

लक्ष्मण

आचार्य, तुम्ही सांगितले होते की कोट्यावधी वर्षांपूर्वी देवाने शास्त्र आणि शस्त्रे बनवण्यात हातभार लावला होता पण आज आपल्याकडे त्या काळातील शास्त्र आहेत पण त्या शस्त्रानचां कोणताही अवशेष नाही, ती शस्त्र कुठे आहेत ?

आचार्य

शस्त्रे त्यांच्यासाठी उपलब्ध असतात जे त्यांना मिळवू इच्छितात, जर तुला ती मिळवायची असतील तर तुला ती स्वतःच मिळवावी लागतील,

Enter Caption

लक्ष्मण

पण ती कुठे भेटतील आचार्य ?

आचार्य हसतात आणि बोलतात .

आचार्य

ती कुठेही असू शकतात , तुला ती मिळवावी लागतील , पण , ती त्यांची इच्छा असली पाहिजे फक्त तुझी नाही .

असे म्हणत आचार्य विश्रांती घेण्यासाठी तिथून निघून गेले, पण आचार्यांचे शब्द लक्ष्मणाच्या कानात घुमत होते, जणू काही त्याने आपल्या जीवनाचे ध्येय साध्य केले आहे.

रात्री

Enter Caption

सर्व शिष्य आचार्यांभोवती बसले होते, जणू काही त्यांनी सर्वांचे लक्ष वेधून घेतले आहे असे वाटत होते, प्रत्यक्षात आचार्य त्यांना इतिहासातील सर्वात मनोरंजक गोष्ट सांगत होते म्हणजेच रामायणाची कथा . कथा जवळ पास आर्दी झाली होती

आचार्य

जेव्हा सर्वजण लंकेला कसे जायचे याचा विचार करत होते, तेव्हा हनुमानाने समुद्र पार करण्यासाठी आपला आकार वाढवला आणि स्वतःला एका महाकाय रूपात रूपांतरित केले.

Enter Caption

त्यावेळी तिथल्या सर्व मुलांना वाटत होते की त्यांच्यापैकी प्रत्येकाकडे काहीतरी दैवी शक्ती आहे, अगदी लक्ष्मणालाही असेच वाटत होते पण एकाला वगळता, अर्जुनला .

दुसऱ्या दिवशी

सर्वजण अर्जुनला शोधत होते पण अर्जुन कुठेच सापडत नव्हता, आचार्य यांना हे कळताच ते अर्जुन ला शोधन्यासाठी जंगलाकडे जाऊ लागले. काही वेळाने आचार्य यांनी अर्जुनला एका मोठ्या झाडाखाली तपस्या करताना पाहिले. आचार्य

यांनी अर्जुनला काहीही सांगितले नाही पण इतर सर्वजण त्याच्याकडे वेगळ्या प्रकारे पाहत होते.

त्या दिवसापासून अर्जुन ध्यान आणि तपश्चर्या करू लागला. त्याच्या वेडेपणामुळे तो आश्रमातही राहिला नाही. तो रात्रंदिवस ध्यान आणि तपश्चर्या करू लागला.

ऐक दिवशी लक्ष्मण वनौषधी गोळा करण्यासाठी जंगलात जातो. लक्ष्मण आणि त्याचे मित्र वनौषधींच्या शोधात जंगलात जातात पण वनौषधी काही त्यांना सापडत नव्हती तोड्या वेळानंतर त्यांना तहान लागते आणि ते चालत चालत एका नदीच्या काटी पोहोचतात.

ते सर्व तहान भागवून निघणार होते, तेव्हा त्यांना जंगलाजवळ एक सुकलेले झाड दिसले, त्याचे सर्व मित्र निघून गेले पण लक्ष्मण काय तयार झाला नाही कारण त्याला आश्चर्य वाटत होते की नदीच्या कडेला असून ही ते झाड सुकलेले दिसत होते त्या झाडाला पाहून त्याला काय झाले माहीत नाही तो लगेच जंगलातून पाणी काढून झाडाला पाणी घालतो आणि ते सर्व आश्रमात परततात पण काय झाले ते कळले नाही, लक्ष्मण आता दररोज त्या झाडाला पाणी देण्यासाठी जात असे.

आता आश्रमातील कोणालाही हे दोघे काय करत आहेत हे समजत नव्हते. एकीकडे अर्जुन रात्रंदिवस ध्यान करत होता आणि दुसरीकडे लक्ष्मण जंगलातून परत येत नव्हता.

मुंबई शहर

सध्याचा दिवस

हायमर गाडीत बसलेला असताना त्याला फोन येतो, खरंतर तो फोन ड्रीम टीमच्या डायरेक्टरचा म्हणजेच हायमरच्या असिस्टंटचा असतो , त्याचे नाव एपी असते मग तो फोन उचलला जातो.

हायमर

हो एपी बोला ?

एपी

साहेब, तुम्हाला जे हवे होते ते मिळाले आहे.

हायमर

बरं, मला तुमच्याकडून हेच अपेक्षित होतं, मी ५ मिनिटांत येतो.

५ मिनिटांनी ऑफिसमध्ये

एपी

साहेब, तुम्हाला जे हवे होते ते त्रेतापुरममध्ये आहे, हे आम्हाला इतिहासातून कळाले आहे कारण जुन्या कागदपत्रांमध्ये स्वर्गाचे वर्णन केले आहे, तसेच पृथ्वीवरही असेच एकच ठिकाण आहे आणि ते म्हणजे त्रेतापुरम, आम्ही त्याच्या नैसर्गिक आणि वनस्पति व भुगोलिक पद्धतींचा तपास केला आणि ते बरोबर होते.

हायमर

एपी , तिकडे जाण्याची तयारी सुरू करा!

एपी

हा , मी सुरुवात केली आहे साहेब!

पाच वर्षांपूर्वी आश्रमात

अर्जुन एका झाडाखाली बसून ध्यान करत होता, तेव्हा दोन मुले त्याच्या सभोतालहुन जात होती . तेंव्हा त्यांना त्यांच्या डोळ्यांवर विश्वास बसत नव्हता कारण जेव्हा अर्जुन धनमुद्रेत होता तेव्हा त्याच्या हाताचे स्नायू एका ठिकाणाहून दुसऱ्या ठिकाणी हालचाल करत होते.

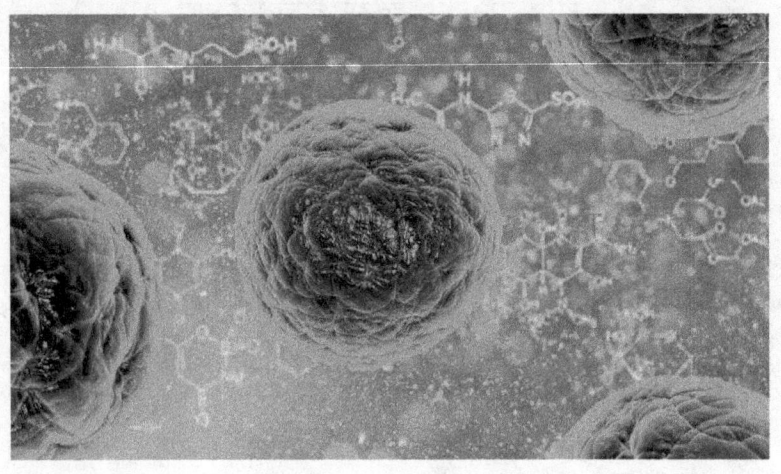

Enter Caption

खरंतर त्या दिवशी अर्जुनला वाटलं होतं की त्या काळातील लोक त्यांचा चेहरा बदलू शकतात म्हणजेच त्यांचे रूप बदलू शकतात आणि काही जण त्यांची उंची मोठी किंवा लहान करू शकतात पण त्या काळातील इतर लोक हे करू शकत नव्हते, जे हे करू शकत होते, त्यांच्या सर्वांमध्ये फक्त एकच गोष्ट समान होती

आणि ती म्हणजे दीर्घकालीन तपस्या, ध्यान, एकाग्रता, या गोष्टींद्वारे ते त्यांच्या शरीरावर अशा प्रकारे नियंत्रण ठेवू शकत होते की त्यांच्या शरीरातील सर्व स्नायू त्यांच्या नियंत्रणाखाली येत असतील, ते त्यांना हवे तेव्हा त्यांच्या शरीराची रचना बदलू शकत होते.

आणि हो ही कोणतीही दैवी शक्ती नाही तर विज्ञान आहे, पण जसजसा काळ पुढे सरकला तसतसे आपण सर्वांना त्या गोष्टींबद्दल माहिती हळू हळू कमी होउ लागली, आज आपल्याला सांगितले जाते की त्याच्याकडे काही विशेष शक्ती होती पण ती त्याना कशी मिळाली हे सांगितले जात नाही, परंतु असे म्हटले जाते की कोणत्याही प्रश्नात उत्तर लपलेले असते परंतु एखाद्याने फक्त त्या पद्धतीने विचार केला पाहिजे, 5 वर्षांपूर्वी अर्जुनने जे विचार केला होता, त्याचा परिणाम आज दिसत आहे.

ते दृश्य खूप भयानक होते, ते पाहिल्यानंतर एक मुलगा बेशुद्ध पडला आणि दुसऱ्या मुलाच्या ओरडण्याचा आवाज ऐकून अर्जुन ध्यान मुध्रेतून जागा होतो आणि मग आश्रमातील सर्व लोक तिथे पोहोचतात

सर्व लोक

काय झालं, तू का ओरडत आहेस आणि तो जमिनीवर का पडला आहे?

तो मुलगा अर्जुनकडे पाहतो आणि भीतीने म्हणतो.

मुलगा

जेव्हा आम्ही अर्जुनजवळून जात होतो तेव्हा त्याच्या हाताचे स्नायू बाहेर येत होते, त्याला पाहून तो बेशुद्ध पडला.आणि मी ओरडले.

अर्जुनने हे ऐकले तेव्हा तोही आश्चर्यचकित झाला, कारण त्याला कधीच असे काही वाटले नव्हते. आचार्य सर्वांना काहीही न बोलता तिथून निघून जाण्यास सांगतात. पण आचार्य अर्जुनला फक्त एकच गोष्ट सांगतात की. अजून बराच वेळ आहे, त्या घोस्टीसाठी .

एकीकडे लक्ष्मण शस्त्र वापरण्याची तयारी करत होता तर एकीकडे अर्जुन फक्त ध्यान करत होता.

मग एकेक करून दिवस गेले, मग महिने गेले, मग वर्षे गेली आणि शेवटी तो दिवस आला, १९ एप्रिल २००२

आश्रमाचा सध्याचा दिवस

जवळजवळ तीन वर्षे उलटून गेली पण आश्रम तसेच होतें, अर्जुन आणि लक्ष्मणही मोठे झाले होते, त्यांचे वय साधारणपणे 17 ते 18 वर्षे होते, लक्ष्मण 5 वर्षांपासून जंगलात शस्त्रा चा आभयास करत होता आणि अर्जुन 5 वर्षांपासून तपश्चर्या करत होता, आजूबाजूल सगळीकडे फक्त हिरवळ होती, पक्षी एका झाडावरून दुसऱ्या झाडावर उडत होते, पाऊस येण्याची वेळ झाली होती ,एक मोर आपला फिसारा उडवणार होता तेव्हांच मोरला गोळी लागते आणि ती गोळी हायमर च्या माणसांनी झाडली होती , गोळी झाडल्यानंतर सर्वजण घाबरतात आणि तपश्चर्येत बसलेला अर्जुन आणि कोरड्या झाडाखाली झोपलेला लक्ष्मण जागा होतो आश्रमामध्ये धावफल सुरू होते , मग हायमर एपीला म्हणतो.

हायमर

तू म्हणालास की इथे कोणी राहत नाही. जर कोणीच नसेल तर हे सगळं काय आहे?

एपी

साहेब, माझ्यावर विश्वास ठेवा, फक्त मलाच नाही तर सरकारलाही माहित नव्हते की लोक इथे राहतात, सरकारी नोंदींमध्येही त्यांचा कोणताही पुरावा नाही, कारण ते जंगलात इतक्या खोलवर राहण्याचा प्रश्नच उद्भवत नाही.

हायमर

बरं, जे काही होईल ते चांगलंच होईल, आता कोणी त्यांचा जीव घेतला तरी कोनिही त्याबद्दल आपल्याला विचारणार नाही.

काहीही न बोलता, हायमर त्या सर्वांना मारण्याचा आदेश देतो. हायमर चे लोक एक एक करून सर्वांना मारत राहिले. त्यांना थांबवण्याची ताकद कोणाकडेही नव्हती, पण असे म्हणतात की धैर्य हे ताकदीपेक्षा मोठे असते.

जेव्हा हायमर चे लोक आचार्य यांना मारण्यासाठी हातात चाकू घेऊन जातात तेव्हा लक्ष्मण त्यांना रोखण्यासाठी त्या माणसानवर बाण सोडतो आणि तो माणूस जमिनीवर पडतो. हे पाहून हायमर आपल्या माणसांना लक्ष्मणलां मारण्यास सांगतो. त्यानंतर त्याचे लोक गोळ्या झाडू लागतात आणि त्या गोळ्यांमुळे अपेक्षेपेक्षा जास्त लोक मरतात. दरम्यान लक्ष्मणाच्या पायात गोळी लागते आणि तो जमिनीवर पडतो, हायमर त्याच्याकडे पाहतो आणि हसतो व गोळी झाडतो, ती गोळी लक्ष्मणाला लागणार होती पण मध्येच अर्जुन ती गोळी त्याच्या छातीवर घेतो. हे पाहून लक्ष्मणचे डोळे अश्रूंनी भरून येतात कारण लहानपणापासूनच लक्ष्मण नेहमी अर्जुन वर रागावायचा आणि आपल्या भावाचा द्वेष करायचा, त्याने अर्जुनला अनेक वेळा अपमानित करण्याचा प्रयत्न केला, त्याच्या आईवडिलांच्या मृत्यूनंतर, जर या जगात त्याच्यासाठी कोणी शिल्लक राहिले असेल तर तो फक्त अर्जुन होता परंतु त्याने कधीही त्याच्याकडे लक्ष दिले नाही, परंतु जेव्हा तोच भाऊ त्याच्यासाठी अंगावर गोळी घेतो तेव्हा लक्ष्मण आतून तुटून जातो.

अर्जुनला गोळी लागते पण त्याला काहीही होत नाही. कारण अर्जुन चे स्नायू त्या जखमेला पुन्हा भरून काढतो जेव्हा त्यांच्या पैकी एकाने अर्जुनच्या शरीरावर वार केलां पण तो चाकू बाहेर काढताच जखम बरी झाली. हे पाहून सर्वांना धक्का बसतो.

हायमर आणखीन चिडतो आणि तो लक्ष्मणला खोल जंगलात ओढून घेऊन जातो आणि एका कोरड्या झाडाला बांधतो आणि त्याच्यावर चाकूने वारंवार क्रूरपणे वार करतो. मग शेवटी तो येक भाला घेऊन मोठ्या ताकदीने झाडाकडे फेकतो

आणि भाला लक्ष्मणाच्या शरीरातून पार होऊन झाडात अडकतो.

दुसऱ्या बाजूला अर्जुन लढत होता आणि त्याचे लक्ष अचानक लक्ष्मणाकडे जाते आणि तो लक्ष्मण लां वाचवण्यासाठी त्याच्या कडे धावतो, तिथे पोहोचल्यानंतर लक्ष्मणाला अशा अवस्थेत पाहून तो थक्क होतो, याचा फायदा घेत हायमर चे लोक अर्जुनवर पेट्रोलने भरलेले फुगे फेकतात, अर्जुनला समजत नाही की हे लोक असे का करत आहेत कारण ते सर्व बाहेरील जगापासून दूर होते, या संधीचा फायदा पाहून हायमर अर्जुनला आग लावतो. ते दृष्य यितके भयानक होते की बगनाऱ्याना सुधा अस्वस्थ होत होते अर्जुन च शरीर जखमेला बर करू शकत नव्हते कारण शरीरातील पेशी जळत होत्या आणि त्या पुन्हा तयार होत नव्हत्या

मग हायमर लक्ष्मण च्या शरीरातील घुसलेला भाला काढतो आणि तोच भाला अर्जुनाकडे फेकतो, भाला अर्जुनाच्या आतून जातो ,भाल्याच्या घावामुळे जखम आणखीन पसरत होती कारण आगीमुळे त्याचे स्नायू जळत होते.

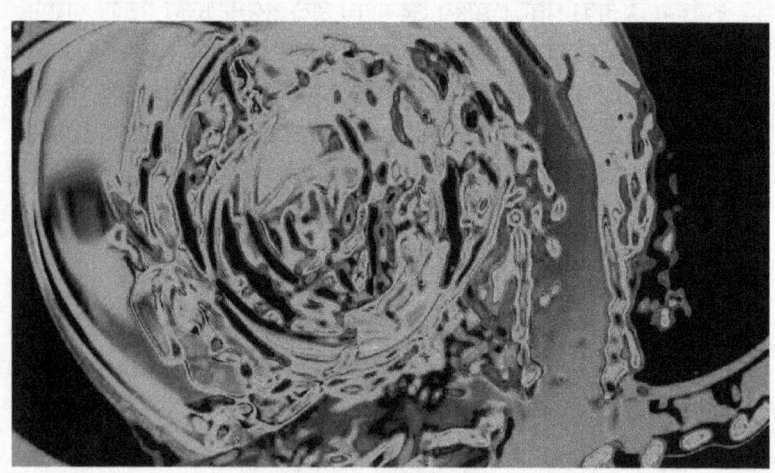

Enter Caption

भाला काढल्यानंतर लक्ष्मण झाडाखाली पडतो, त्या झाडातून हिरवा द्रव बाहेर पडत होता, तो द्रव सरळ लक्ष्मण च्या जखमी शरीरावर पडत होता आणि ते झाड कोरडे झाडा पासून खूप सुंदर झाड तयार होत होते, हे पाहून हायमर आनंदी होतो कारण हेच झाड हायमर ला हवे होते आणि ह्याच झाडाला लक्ष्मणाने पाणी पाजले होते, हायमर ते झाड पाहताच जोर जोराणे ओरडू लागतो आणि त्याला तोडन्यासाठी प्रयत्न करतो.झाड तोडण्याचा प्रयत्न करताच झाडाचा एक मोठा स्फोट होतो आणि त्या आवाजाने लक्ष्मण चे डोळे उघडतात आणि तो त्याच्या समोर त्याच्या भावाचा मृतदेह जळत असताणा पहात होता.

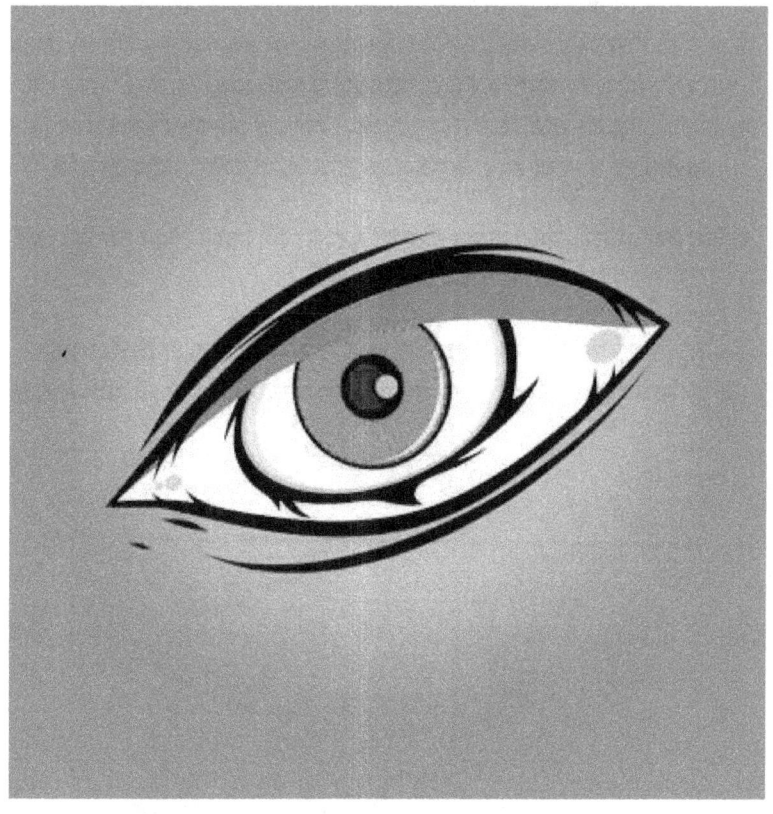

Enter Caption

ते पाहून त्याच डोळे पाण्याने भरन्या ऐवजी हिरवे बनतात , लक्ष्मण आता तोडा बदल लेला दिसत होता त्याचे शरीर पाहिल्या सारखे दिसत होते आणि तो रागाने त्या सर्व लोकांना मारतो. खरं तर, त्याच्याकडे अशी शक्ती होती की झाडाच्या लाकडाला स्पर्श केल्यानंतर ते लाकूड हिरव्या रंगाच्या कडक धातुत बदलते किंवा कोणत्याही पानाला स्पर्श केल्यानंतर, पान मजबूत होते आणि चमकते.

बऱ्याच काळानंतर त्याला जे हवे होते ते मिळाले, पण त्यासाठी त्याला खूप काही गमवावे लागले.

बऱ्याचदा अनेक लोकांना त्यांच्या कधीही न केलेल्या चुकांची शिक्षा मिळते, त्याचप्रमाने एका चुकीमुळे आता संपूर्ण मुंबईला त्याची किंमत मोजावी लागेल.

सत्र दोन

टीव्ही मध्ये

Enter Caption

रिपोर्टर

मुंबईत गेल्या काही दिवसांपासून विचित्र पद्धतीने लोकांची हत्या होत आहे आणि ते सर्व लोक झाडांच्या लाकडाने मरत आहेत अशी फोरणसिक रिपोर्ट पोलिसांना दिली आहे .हे सर्व लोक करोडपती होते. हे सर्व कोण करत आहे, आणि का करत आहे हे अद्याप कळलेले नाही. लोकांनी त्याला एक नवीन नाव दिले आहे, the green man पोलिस म्हणतात की ते लवकरच त्याला अटक करतील, पण तोपर्यंत टीआर न्यूजशी संपर्कात रहा

चॅप्टर 9

ऐक जुन्या प्रिंट हाऊसमध्ये

Enter Caption

ऐक माणूस दूसऱ्या माणसाला म्हणत होता की आपण जे करत हाहोत ते कोणाला कळले तर ?

दुसरा माणूस

काय नाही होणार . तुला जो बदल करायला सांगतो, तो तु पटकन कर, कोणी येण्याआधी, नवीन अभ्यासक्रमात तो बदल करावाच लागेल.

दहा मिनीट नंतर

कामाला सुरावत च झाली होती तो पर्यन्त प्रिंट हाऊस मध्ये. पाहरकरी येतो. तेंव्हा दुसरा माणूस म्हणतो किती पाने झाली आहेत मग पहिला माणूस म्हणतो फक्त दोन पाने झाली आहेत पण पाहरकरी ला पाहून दोघेही आपापले कामे अर्द वट सोडून तिथून निघून गेले.

एक महिन्यानंतर शाळेत

वर्ष 1985

पंधरा जून : शाळा सुरू होऊन दहा दिवस झाले होते. आणि यक शिक्षक नोटिस देताना

Enter Caption

मुख्यादापक

तर तुम्हा सर्वांना नवीन पुस्तके मिळाली आहेत ना?

सर्व मुले

हो सर , आम्हाला सर्वांना मिळाली आहेत .

मुख्यादापक

तर आत्ता अमोल सरांचा क्लास आहे, ते येतातच , आवाज करू नका नाहीतर सर्वांना शिक्षा होईल!

सर निघून गेल्यावर अमोल सर वर्गात येतात, अमोल सर इतिहासाचे शिक्षक आहेत, ते सुमारे 10 वर्षांपासून इतिहास शिकवत आहेत. सर वर्गात आल्यावर.

अमोल सर

मुलांनो, तुम्ही सर्वांनी तुमची इतिहासाची पुस्तके उघडा आणि त्यातील पहिला अध्याय काढा. असे म्हणत सरांनी पहिल्या अध्यायाचे नाव बोर्डवर लिहिले, म्हणजेच १९४२ चे युद्ध.

वर्गात बसलेले विद्यार्थी एकमेकांना सव्हाद करताना म्हणतात मित्रा! किती कंटाळवाणे आयुष्य आहे, पुन्हा तोच कंटाळवाणा विषय, तेही पहिल्या दिवसापासून!

सरांनी पहिले पान वाचायला सुरुवात केली, त्या पानामध्ये

अमोल सर

आपण इतिहास वाचला आहे. आपल्या देशाच्या स्वातंत्र्यासाठी किती लोकांनी आपले प्राण दिले कोणास ठाऊक. त्यांच्यामध्ये तीन प्रकारचे लोक होते, जहाल, मवाळ आणि क्रांतिकारी.

देशाच्या स्वातंत्र्यासाठी केवळ तेच नव्हे तर इतरही लोक कार्यरत होते.

देशाच्या स्वातंत्र्यात फक्त त्यांचाच नाही तर इतर काही लोकांचाही हात होता, ते देशासाठी लढत होते की स्वतःसाठी माहित नाही . पण ते लढत होते हे सत्य नाकारता येत नाही. आणि त्यापैकी एकाचे नाव सूर्य होते, म्हणजेच सूर्यकांत? त्याने एकदा इग्रजा विरुद्ध असे सांगणार होते. तेव्हा त्याच वेळी मुख्य कार्यालयात एक फोन येतो, प्रत्यक्षात तो फोन बीओ ऑफिसचा असतो, तेव्हा मुख्याध्यापक तो फोन घेतात.

मुख्यालयात फोन वाजतो, वाजतो, वाजतो, मग मुख्याध्यापक फोन उचलतात!

मुख्याध्यापक

नमस्कार बोल सर ?

ऐक मिनिटानंतर मुख्याध्यापक वर्गात धावत येतात आणि अमोल सर सूर्याबद्दल सांगणारच होते. तेंव्हा

मुख्याध्यापक

साहेब, कृपया थांबा, असे मोठ्याने म्हणतात.

अमोल सर

काय झालं साहेब, कोणी येतय काय ?

मुख्याध्यापक

हे सांगण्याची ही वेळ नाही मी सांगतो ते करा ?

राम पटकन ये आणि सगळ्यां सराना बोलव आता लवकर जा.

त्या दिवशी सर्व सरांनी मिळून इतिहासाचे पुस्तक फाडले आणि जाळले, पण का ते कोणालाच कळले नाही? त्या पानांमध्ये काय लिहिले आहे ते कोणालाच कळले नाही:

टीवी वर

आज देशात अशी घटना घडली जी यापूर्वी कधीही घडली नव्हती, 'शिक्षकाने स्वतः इतिहासाच्या पुस्तकाची पाने जाळली,'

शिक्षण मंत्री के. कृष्णप्पा लवकरच यावर उत्तर देतील, तो पर्यंत केआर न्यूज पाहत रहा.

काही वेळाने शिक्षणमंत्री बाहेर येतात.

रिपोर्टर

Enter Caption

साहेब, देशात आतापर्यंत असे कधीही घडले नव्हते, पण आज संपूर्ण राज्यात इतिहासाचा एक अध्याय चक्क

झाळला गेला आहे.

तुम्ही ती पुस्तकं का जाळला ? तुम्ही हे का केले साहेब, आम्हाला सांगाल का?

दुसरा रिपोर्टर

साहेब, कृपया उत्तर द्या, चॅप्टर नऊ म्हणजे काय आहे?

शिक्षणमंत्री

महोदय, पहा, तो अध्याय चुकून छापला गेला होता, आम्ही आमची चूक दुरुस्त केली आहे, आमचा दावा आहे की आजनंतर असे कधीही होणार नाही.

पत्रकार

पण साहेब, त्या प्रकरणात असे काय होते की तुम्ही सर्व शिक्षकांना संपूर्ण पुस्तक जाळण्यास सांगितले. त्या प्रकरणात नेमके काय होते?

शिक्षणमंत्री

काही नाही?

असं म्हणत कृष्णप्पा ऑफिसच्या आत जातो. आणि कर्म चारला जाब विचारतो.

शिक्षणमंत्री

तुम्ही एवढी मोठी चूक कशी केली? नवीन अभ्यासक्रम बनवणारी टीम कुठे आहे?

कार्य करता

आता मला सांगा हे सगळं कसं घडलं?

संघ

आम्हाला काहीच कळत नाही सर. तुम्ही सांगितलेला अभ्यासक्रम आम्ही तोच बनवला आहे. पण माहित नाही तो चॅप्टर कसा आला.

शिक्षणमंत्री

मग त्याचे नाव पुस्तकात कसे आले?

सगळे गप्प होते, कोणालाही काहीच माहित नव्हते, शेवटी ते नाव कसे आले .

दुसऱ्या शहरात

दोन मुले येकामेकाशी स्व्हांद करताना.

साई

हे लोक हे प्रकरण जाळत आहेत का?

विनायक

काही माहित नाही पण त्या पुस्तकामध्ये काही चूकिच प्रकशित केलं होत म्हंन ,तुज्याकडे ते पुस्तक आहे का?

साई

हो, जेव्हा साहेबांनी सर्वांची पुस्तके घेतली तेव्हा मी शांतपणे. माझ्या पुस्तकाची पाने फाडून ठेवली .

विनायक

वाच बगु साई .

साई

ठीक आहे .

त्या पाणामध्ये

एक इंग्रज ऑफिसमध्ये प्रवेश करतो आणि ऐका खुर्ची वर बसतो . तेव्हा

मिस्टर डेल (इंग्रजीत)

रॉबर्ट, जेम्स इतक्या दिवसांपासून दिसला नाहीये. तो कुठे होता याबद्दल त्याने तुला काही सांगितले का की तो कुठे. जात आहे .

रॉबर्ट

नाही, त्याने मला काहीही सांगितले नाही, पण राज्यातील काही लोक बोलत होते की तो एखाद्या क्रांतिकारकाला मारण्यासाठी गेला आहे .

डेल

अरे, मग तर त्याचा मृत्यू निश्चित आहे, तसे, तो कुठे गेला आहे हे तुला माहिती आहे का?

रॉबर्ट

दक्षिण गुहेत!

डेल आनंदी होणारच होता तेवढ्यात त्याला भीती वाटू लागते . डेल घाबरतो आणि जेम्सला कॉल करण्याचा प्रयत्न करण्यासाठी टेलिफोनकडे धावतो पण कॉल कनेक्ट होऊ शकत नाही, मग

रॉबर्ट

साहेब, तुम्हाला काय झालंय, तुम्ही ठीक आहात ना? आणि त्या ठिकाणी असं काय झालंय की तुम्ही इतके घाबरत आहात?

डेलला घाम फुटला होता आणि डेल शांतपणे म्हणाला,

डेल

भारतात कुठे पण गेलात तर तुम्हाला काही होणार नाही, पण अशी जागा आहे, जिथे गेलात तर परत येण्याची आशा शून्य आहे.

रॉबर्ट

साहेब, मी यावर विश्वास ठेवत नाही, पण तिथे भूत राहतात का?

डेल

नाही, तिथे भूत नाहीत पण भूतांचा राजा तिथे राहतो, ब्रिटिश सरकार त्याला डीमन या नावाने ओळखते,

रॉबर्ट

साहेब, आपण त्यांच्याशी लढलो तर आणि ब्रिटिश हुकुमे पुढे तो टिकूच शकणार नाही ?

डेल

तुम्हाला काय वाटतं, आम्ही प्रयत्न केला नाही, आम्ही एकदा निकाल पाहिला आहे, म्हणूनच तिथे कोणीही जात नाही, म्हणूनच त्याचे नाव आमच्या

रेकॉर्डमध्येही नाही, पण जेम्स आज तिथे का गेला हे मला समजत नाही. मी सहमत आहे की तो आजपर्यंत एकही लढाई हरलेला नाही, पण जाण्यापूर्वी त्याने एकदा आमच्याशी बोलायला हवे होते.

रॉबर्ट संशयाने डेलकडे पाहतो

दक्षिण गुहेत

Enter Caption

जेम्स (इंग्रजीत)

अरे तू कुठे लपला आहेस. , जर संपूर्ण भारत ब्रिटिश राजवटीसमोर नतमस्तक झाला तर तू कोण आहेस?

ती जागा एका जंगलात होती, आजूबाजूला काटेरी झाडे होती, सूर्याची किरणेही जमिनीवर पडत नव्हती. जेम्स आणि त्याची माणसे त्यांना शोधत राहिली, पण संध्याकाळ झाली आणि त्यांना एकही माणूस सापडला नाही.

जेम्स

.हे लोक कुठे लपलेले आहेत ?

संध्याकाळचे ७ वाजले होते, सगळीकडे फक्त शांतता होती, मग त्यना एक माणूस दिसतो, मग जेम्स त्याच्या सैनिकाला बोलावयाला पाटवतो .

रोमन (शिपाई)

तु येवढ्या उशिरा ऐकटा कसे काय फिरत आहेस जर एखाद्या प्राण्याने तुझी शिकार केली तर...

व्यक्ती

साहेब, जर शिकारी स्वतः शिकार बनण्यासाठी आला असेल, तरशिकार तर होईलच ना?

. रात्रीचा आकरा वाजले होते आणि अचानक दिवे गेले, कोण कोणत्या पॉईंटवर उभा आहे हे कोणालाच कळू शकले नाही आणि मग इंग्रजाने आपली बॅटरी चालू केली आणि त्या बॅटरीच्या प्रकाशाने ज्याचा चेहरा उजळला होता त्याला पाहून जेम्स घाबरला आणि त्या घाबरलेल्या अवस्थेत त्याने फक्त एकच नाव ओरडले,

सूर्या! तू अजून जिवंत आहेस !

आणि ते पान समाप्त होते

शाळेत दोन दिवसांनी

सकाळचे दहा वाजले होते सर्वजण. एकमेकाशी बोलत होते तेव्हा वर्ग शिक्षकाना ऐक विद्यार्थी प्रश्न विचारतो

विद्यार्थी

मॅडम सूर्या कोण होता , आणि सरकारने ते प्रकरण का जाळले ?

वर्ग शिक्षिका

सूर्या नावाचे कोणीच नव्हते , म्हणूनच तर सरकारने ते प्रकरण जाळले .

वर्गात बसलेला ऐक विद्यार्थि त्याचे नाव ओम होतें तो आचानक पने बोलतो .

ओम

मॅडम , तो ऐक शुर विर होता त्याने हजारो लोकांचें जीव वाचवले आणि त्याने इंग्जांविरुध्द युद्ध केले . तो ऐक महान क्रांतिकारी होता .

त्याच दरम्यान बाहेरून येत असलेले साई आणि विनायक आचानक पने बोलतात.

साई

मॅडम, त्याने हजार लोकांचें जीव नाहीं तर लाखो लोखाची हत्या केली आहे त्यात कितेक असहाय्य होते , तो ऐक शूरवीर नाहीतर एक हत्यारा होता .

ओम

काय पण बोलू नकोस साई .

साई

मी कायपण बोलत नाही पण तू चुकीचं बोलत आहे ओम !

वर्ग शिक्षिका दोगांचे वाद ऐकून दोघांना शांत होयाला सांगते तेव्हा.

वर्ग शिक्षिका

तुम्हा दोघांना कसे कळाले की तो चांगला आहे की वाईट आहे ?

साई

मॅडम , या पुस्तकावरून हे पुस्तक मला खूप शोधल्यावर मिळाले आहे ज्या दिवशी सरकारने पुस्तके झाळली त्या दिवसापासून मी सूर्या नामक व्यक्तीची पुस्तके शोधण्यास सुरवात केली आणि आखेर हे पुस्तकं मिळाले .

वर्ग शिक्षिका

काय आहे त्या पुस्तकाचे नाव ?

Enter Caption

साई

त्या पुस्तकाचे नाव आहे. चॅप्टर 9

ते ऐकताच ओम म्हणतो

ओम

मी जे सूर्या बदल वाचले त्या पुस्ककाचे नाव सुध्हा चॅप्टर 9 आहे

मग दोघेही आपापली पुस्तके मॅडम ला दाखवतात तेव्हा ते पाहून मॅडम

वर्ग शिक्षिका

ऐक पुस्तक पण विचार वेगळे वेगळे , हे कसे होउ शकते..

www.ingramcontent.com/pod-product-compliance
Lightning Source LLC
Chambersburg PA
CBHW022105230825
31566CB00010B/409
* 9 7 9 8 8 9 8 2 6 6 1 4 1 *